SÁCH NẤU ĂN HOÀN HẢO

100 công thức nấu ăn đơn giản và ngon miệng

Nhung Linh

Tài liệu bản quyền ©2024

Đã đăng ký Bản quyền

Không phần nào của cuốn sách này được phép sử dụng hoặc truyền đi dưới bất kỳ hình thức nào hoặc bằng bất kỳ phương tiện nào mà không có sự đồng ý bằng văn bản thích hợp của nhà xuất bản và chủ sở hữu bản quyền, ngoại trừ những trích dẫn ngắn gọn được sử dụng trong bài đánh giá. Cuốn sách này không nên được coi là sự thay thế cho lời khuyên về y tế, pháp lý hoặc chuyên môn khác.

MỤC LỤC

MỤC LỤC..3
GIỚI THIỆU..7
BỮA SÁNG..8
1. Bánh mì việt quất hồ đào......................................9
2. Bánh xèo Áo (Kaiserschmarrn)............................12
3. Sữa chua với ngũ cốc và dâu tây..........................16
4. Bữa nửa buổi Chilaquiles soong...........................18
5. Trứng với bánh Tortilla bọc thịt giăm bông Serrano.....21
6. Thịt xông khói cổ điển với trứng...........................23
7. Bánh mì bơ tỏi...25
8. Frittata phô mai dê và nấm...................................28
9. Bữa sáng Risotto thịt xông khói, trứng và tỏi tây....30
10. Trứng tráng trong cốc...34
11. Cơm, cà tím & rán feta.......................................36
12. bánh nướng xốp trứng..39
13. Bánh mì hương thảo khoai tây............................41
MÓN ĂN VÀ MÓN KHAI THÁC.............................45
14. Bánh mì nướng atisô Gratin................................46
15. Bí ngòi cuộn với patê rau củ...............................49
16. Bánh mì nướng với cá mòi..................................51
17. Zucchini nhồi phô mai ít calo..............................53
18. Thịt viên cà tím sốt cà chua................................55
19. Cá Monkfish và xiên cà chua bi..........................58
20. cà tím cốt lết..60
21. Pumpernickel với rau diếp, phô mai Harz và táo...63
22. Bơ Nhồi Gà Tinga...66
23. Đồ ăn nhẹ trái cây Brochette..............................68
24. Bát đựng cá ngừ và dưa hấu.............................70
25. Bánh mì nướng bơ và dâu..................................73
26. Cà tím và hummus Timbale................................75
27. Xúc Xích Nhồi Nấm..77
28. Bơ nhồi rau dền..79

BÁNH MÁNH MẠNH VÀ BÁNH GÓI.................................81
  29. Sandwich Protein với cá ngừ..................................82
  30. Chả giò sốt xoài Thái..84
  31. Gói bơ Thổ Nhĩ Kỳ..87
  32. Món Nấm chay sốt Pesto..90
  33. Bơ và phô mai Emmental và Quesadillas...............92
  34. Burritos bắp cải...94
  35. Bánh burger chay...96
MÓN CHÍNH...99
  36. Bolognese đơn giản, cần thiết..............................100
  37. Cơm Chiên Rau Củ Và Đậu Phụ...........................104
  38. Gà nướng gạo lứt...107
  39. Cà tím nhồi cơm...109
  40. Nấm và đậu xanh với hạnh nhân..........................113
  41. Cá tuyết hấp...115
  42. Cá kho nước cốt dừa..117
  43. Bát Poké cá hồi..120
  44. Cá hồi sốt bơ bơ...122
  45. Quả bí ngô Spaghetti với tôm...............................124
  46. Tôm Mexico..126
  47. Cá hồi chanh và húng tây.....................................128
  48. Tôm Scampi & Bí Spaghetti..................................130
  49. Cá tuyết sốt cà chua...133
  50. cá rô phi gừng..136
  51. Swiss C cứng & cá tuyết chấm đen......................138
  52. Fettuccini cá hồi..140
  53. Thăn lợn với bánh phồng nướng..........................142
  54. Thịt lợn xát Chile với ngô và đậu đen...................144
  55. Nachos thịt lợn chanh mật ong.............................147
  56. Thịt thăn sốt cảng và hương thảo.........................150
  57. Thịt lợn Posole..153
  58. Bí ngòi cà rốt đệm...156
  59. Bánh gà với thịt gà..158
  60. Gà tráng đậu nành..161
  61. Bí ngòi Spaghetti với rau viên...............................164

62. Lasagna rau củ nhẹ..................................168
63. Lasagna với bí xanh................................170
64. Gà thợ săn..172
65. Ức vịt mận mirabelle...............................174
66. Gà bông cải xanh sốt yuzu......................176
67. Gà tây Tarragon với măng cụt và lúa hoang.............178
SALAD VÀ MÓN MẶT...................................180
68. Cá hồi hun khói nhồi salad kiểu Nga........181
69. Salad với măng tây và phô mai...............184
70. Rau bina và xoài.....................................187
71. mầm kê xa lát...189
72. Salad đậu đỏ với guacamole...................191
73. Salad đậu xanh vàng với hành đỏ...........193
74. Rocket với xoài, bơ và cà chua bi............195
75. Salad cà tím với rau bina nướng..............197
76. Xà lách khoai tây....................................199
77. Salad cà chua với khối bơ.......................201
Súp và món hầm...203
78. Đậu lăng hầm nhẹ...................................204
79. Súp rau và quinoa..................................207
80. Súp giảm béo gà và đậu..........................209
81. Khoai tây và nước dùng..........................212
82. Súp súp lơ nghệ vàng..............................214
83. Súp giải rượu trong nồi sành...................216
84. Súp khoai tây kiểu Đức...........................218
MÓN TRÁNG MIỆNG...................................220
85. Bánh gia vị lộn ngược đại hoàng............221
86. Bánh phô mai New York........................225
87. Kem mâm xôi..229
88. Quả mâm xôi và sô cô la trắng cốc.........231
89. Salad trái cây và kem dành cho người sành ăn.........233
90. chuối , Granola & Berry........................235
91. Việt quất & đào giòn..............................237
92. Kem bí ngô không đường......................239
93. Món tráng miệng trái cây đông lạnh.......241

94. Pudding bơ..243
95. Soufflé dâu tây...245
96. Brownies bí ngòi cay..247
97. Bánh trong cốc...249
98. Kem chanh mâm xôi...251
99. Bánh Muffin cà rốt..253
100. Bánh tráng miệng đào...256
PHẦN KẾT LUẬN..258

GIỚI THIỆU

Chào mừng bạn đến với SÁCH NẤU ĂN CỦA CUISINE HOÀN HẢO, một cuộc phiêu lưu ẩm thực hứa hẹn cả sự bổ dưỡng và niềm vui thuần khiết.

"SÁCH NẤU ĂN CỦA CUISINE HOÀN HẢO" là tập hợp các công thức nấu ăn trong đó mỗi công thức đều góp phần mang lại sức khỏe cho bạn theo một cách riêng.
Hãy tưởng tượng bạn bước vào một nhà bếp, nơi màu sắc rực rỡ của sản phẩm tươi sống tạo nên một bảng màu rực rỡ và mỗi nguyên liệu là một nét vẽ trên khung vẽ của một bữa ăn lành mạnh.

Cho dù bạn là chuyên gia trong thế giới ăn uống lành mạnh hay là người mới bắt đầu mong muốn khám phá các khả năng ăn uống vui vẻ thì cuốn sách nấu ăn này chính là hướng dẫn dành cho bạn.

BỮA SÁNG

1. Bánh mì việt quất hồ đào

THÀNH PHẦN:

- 3/4 cốc (85 gram) hồ đào
- 1 cốc (200 gam) đường cát
- 2 quả cam cỡ trung bình đến lớn
- 6 thìa canh (85 gram) bơ không muối, đun chảy và để nguội
- 1/2 đến 2/3 cốc (120 đến 160 gram) kem chua hoặc sữa chua nguyên chất
- 1 trứng lớn
- 1 thìa cà phê muối kosher
- 1 thìa cà phê bột nở
- 1/2 muỗng cà phê baking soda
- 2 cốc (8 ounce hoặc 225 gram) quả nam việt quất tươi hoặc đông lạnh, giảm một nửa
- 2 cốc (260 gram) bột mì đa dụng
- Đường trân châu (khoảng $1\frac{1}{2}$ thìa canh), để hoàn thiện

HƯỚNG DẪN:

a) Làm nóng lò nướng của bạn ở nhiệt độ 350°F. Nếu quả hồ đào của bạn không được nướng hoặc nếu chúng thiếu hương vị thơm ngon, hãy nướng chúng trong lò từ 6 đến 8 phút cho đến khi chúng có mùi thơm. Sau đó cắt nhỏ chúng và đặt sang một bên.

b) Bôi mỡ vào chảo ổ bánh mì (thể tích $8\frac{1}{2}$ x $4\frac{1}{2}$ hoặc 6 cốc) bằng bơ hoặc xịt chống dính. Để loại bỏ dễ dàng hơn, hãy cân nhắc việc lót đáy và hai cạnh dài bằng giấy da.

c) Trong một tô lớn, cho đường cát và gọt vỏ cam vào đó. Dùng đầu ngón tay chà xát vỏ vào đường, làm tăng hương thơm.

d) Cắt đôi quả cam và ép lấy nước theo lượng 1 cốc, đổ đầy khoảng 1/3 đến 1/2 cốc. Thêm kem chua cho đến khi nước ép đạt đến vạch 1 cốc, sau đó đánh đều.

e) Đánh đều bơ tan chảy và nguội, sau đó cho trứng vào hỗn hợp vỏ-đường. Sau đó cho hỗn hợp kem chua-nước cam vào.

f) Rắc lên bề mặt bột một lớp muối kosher, bột nở và baking soda. Trộn kỹ các nguyên liệu khô này vào bột, đảm bảo cạo sạch bát.

g) Khuấy một nửa quả nam việt quất và quả hồ đào nướng. Sau đó nhẹ nhàng khuấy bột mì đa dụng cho đến khi bột tan hết trong bột.

h) Chuyển bột vào chảo đã chuẩn bị sẵn và làm phẳng phần trên. Tùy ý, rắc đường trân châu lên bánh để hoàn thiện.

i) Nướng trong vòng 60 đến 70 phút, xoay chảo một lần cho đều màu, cho đến khi dùng tăm cắm vào ổ bánh thấy tăm sạch, không dính bột. Nếu cần, bạn có thể cho bánh thêm thời gian mà không lo bánh bị thâm quá.

j) Để bánh nguội trong chảo trên giá cho đến khi đạt nhiệt độ ấm hoặc nhiệt độ phòng. Sau đó cắt lát và phục vụ.

k) Bánh mì hồ đào nam việt quất này có thể được giữ ở nhiệt độ phòng trong 5 đến 6 ngày. Để duy trì độ ẩm, hãy bảo quản nó trong chảo ổ bánh mì, dùng giấy bạc che mặt cắt.

2.Bánh xèo Áo (Kaiserschmarrn)

THÀNH PHẦN:

- 1/2 cốc (75 gram) nho khô (tùy chọn)
- 2 thìa canh (30 ml) nước ép trái cây hoặc rượu rum (chỉ khi dùng nho khô)
- 4 quả trứng lớn, tách ra
- 2 thìa canh (25 gam) đường cát
- 1/4 thìa cà phê muối kosher
- 1 thìa cà phê bột nở
- 3/4 cốc (100 gram) bột mì đa dụng
- 1/2 cốc (120 ml) sữa, bất kỳ loại nào
- 2 đến 3 thìa canh (30 đến 40 gam) bơ không muối hoặc bơ sữa trâu (bơ đã làm rõ)
- Đường mịn
- Mứt, sốt táo, hoặc nước sốt trái cây khác, hoặc mận hầm/mứt mận để phục vụ

HƯỚNG DẪN:

a) Nếu bạn đang sử dụng nho khô, hãy bắt đầu bằng cách ngâm chúng trong rượu rum hoặc nước trái cây nóng và đặt chúng sang một bên cho đến khi cần.

LÀM BÁNH:

b) Trong một tô lớn, đánh đều lòng đỏ trứng, đường, muối và bột nở. Đánh sữa rồi cho bột mì vào, trộn đều cho đến khi bột gần như mịn. Một vài cục nhỏ là được. Để bột nghỉ 10 phút.

c) Trong khi đó, trong một tô riêng hoặc dùng máy trộn điện, đánh lòng trắng trứng cho đến khi tạo thành chóp cứng. Nhẹ nhàng trộn lòng trắng trứng đã đánh vào hỗn hợp lòng đỏ trứng, cố gắng không làm xẹp lòng trắng trứng. Nếu bạn sử dụng nho khô, hãy nhẹ nhàng gấp chúng vào bột ở giai đoạn này.

NẤU BÁNH XẾP:

d) Đun nóng chảo cỡ vừa (10" đến 12") trên lửa vừa. Thêm 2 muỗng canh bơ hoặc ghee và để nó tan chảy. Đổ bột vào chảo và dàn đều. Nấu trong vòng 3 đến 4 phút, thỉnh thoảng nhấc mép lên để kiểm tra cho đến khi mặt dưới bánh có màu nâu vàng đậm. Giảm nhiệt nếu nó chuyển sang màu nâu quá nhanh.

e) Nếu bạn có thể lật chiếc bánh thành một mảnh, hãy làm điều đó. Nếu không, hãy dùng thìa để nới lỏng các cạnh, trượt nó lên một chiếc đĩa lớn và úp một chiếc chảo rán rỗng lên trên bánh kếp và đĩa. Giữ cả hai lại với nhau và nhanh chóng lật bánh pancake trở lại chảo. Tiếp tục nấu cho đến khi mặt thứ hai vàng đậm, khoảng 3 phút nữa.

Xé/xé bánh xèo:

f) Có hai cách để làm điều này. Bạn có thể dùng hai chiếc nĩa hoặc thìa nhọn để xé hoặc cắt bánh pancake thành từng miếng 1" đến 2" trực tiếp trên chảo. Ngoài ra, bạn có thể trượt nó trở lại đĩa dùng để lật và cắt nó ở đó. Điều này cho phép bạn thêm một thìa bơ khác vào chảo để có thêm bơ và các cạnh hơi giòn trong chiếc bánh cuối cùng. Cho các miếng bánh pancake và bất kỳ phần bột nào bị đổ vào chảo rồi nấu, khuấy đều cho đến khi các miếng bánh pancake gần chín nhưng chưa chín hoàn toàn. Phần nhân hơi béo trong mỗi miếng cắn là lý tưởng.

PHỤC VỤ:

g) Chuyển những miếng bánh pancake vụn vào đĩa và rắc đường bột lên trên. Ăn kèm với chanh, mứt, nước sốt trái cây, quả mọng tươi, hoặc, như trong hình, với mận hầm/mứt mận.

Mận Hầm/MỘT MẬN (ZWETSCHGENRÖSTER):

h) Kết hợp 1 pound mận đen hoặc mận mận tươi (chưa gọt vỏ, bỏ hạt, chia làm 4 hoặc cắt thành 8 phần), 1/3 cốc đường cát, 1/4 cốc nước, 1 thanh quế hoặc 1 thìa cà phê quế xay và 1/8 thìa cà phê (hoặc để nếm thử nhiều hơn) xay đinh hương trên lửa vừa.

i) Đun nhỏ lửa và thỉnh thoảng khuấy cho đến khi trái cây đủ nước xốt và mềm để có thể dễ dàng bẻ bằng thìa, quá trình này mất khoảng 20 phút (tối đa 25 phút đối với trái cây bị nát nhiều hơn). Khuấy nước cốt của nửa quả chanh và để nguội cho đến khi cần.

3.Sữa chua với ngũ cốc và dâu tây

Làm: 4 phần ăn

THÀNH PHẦN:
- Những trái dâu tây tươi
- 1 sữa chua
- Em yêu
- quả hạnh

HƯỚNG DẪN:
a) Trong một cái bát, thêm dâu tây.
b) Đổ sữa chua lên trên và rắc ngũ cốc.

4. Bữa nửa buổi Chilaquiles soong

THÀNH PHẦN:

- 12 bánh ngô nhỏ (6 inch), cắt làm tư và chiên cho đến khi giòn
- 1 1/4 cốc (từ lon 10 ounce) sốt enchilada đỏ [xem Ghi chú]
- 1 3/4 cốc (từ lon 15 ounce) đậu đen, để ráo nước và rửa sạch
- 2 cốc (8 ounce) phô mai Monterey Jack hoặc phô mai cheddar nghiền thô (hoặc kết hợp cả hai)
- 6 đến 8 quả trứng lớn
- Muối Kosher và hạt tiêu đen mới xay
- Hành lá thái mỏng, kem chua, bơ thái hạt lựu và sốt nóng để hoàn thiện và phục vụ

HƯỚNG DẪN:

a) Làm nóng lò nướng của bạn ở nhiệt độ 375°F (190°C).
b) Bôi dầu vào đĩa nướng 3 lít, chẳng hạn như đĩa 7,5 x 11,5 inch, bằng dầu hoặc bình xịt nấu ăn không dính.
c) Trải 1/4 phần bánh tortilla đã chiên vào đáy đĩa nướng.
d) Rưới hoặc rải 1/4 nước sốt enchilada lên bánh ngô.
e) Thêm một lớp đậu đen và một lớp phô mai bào. Lặp lại quá trình phân lớp này ba lần nữa.
f) Nướng thịt hầm trong lò làm nóng trước khoảng 15 phút hoặc cho đến khi phô mai tan chảy và bánh ngô hơi mềm.
g) Lấy nồi ra khỏi lò và đặt lên giá làm mát (nhưng vẫn bật lò).
h) Dùng thìa hoặc nĩa để tạo những cái tổ nhỏ trong bánh ngô nơi bạn muốn đặt từng quả trứng. Tổ sẽ không giữ được trứng hoàn toàn nhưng sẽ giúp giữ chúng đúng vị trí.
i) Đập 6 đến 8 quả trứng vào tổ, tùy theo số lượng bạn muốn sử dụng. Nêm trứng với muối và hạt tiêu đen mới xay.

j) Cho nồi trở lại lò nướng và nướng cho đến khi lòng trắng trứng đục nhưng chưa đông lại hoàn toàn.

k) Lấy thịt hầm ra khỏi lò và để yên trên giá khoảng 4 đến 8 phút. Lòng trắng trứng phải đặc lại nhưng lòng đỏ vẫn còn lỏng.

l) Phục vụ Món thịt hầm Chilaquiles Brunch với các loại đồ ăn kèm mà bạn lựa chọn, chẳng hạn như hành lá thái lát mỏng, kem chua, bơ thái hạt lựu và sốt nóng.

5. Trứng với bánh Tortilla bọc thịt giăm bông Serrano

Làm: 4 phần ăn

THÀNH PHẦN:
- 4 bánh ngô hoặc lúa mì
- 4 quả trứng
- 4 muỗng canh sốt cà chua chiên tự làm
- một nắm rau bina hoặc mầm cải xoong
- 8 thìa phô mai Gruyere
- 8 lát giăm bông Serrano
- Muối và tiêu.

HƯỚNG DẪN:
a) Làm nóng lò ở 180 độ C. Trên một khay chịu lửa, 4 chiếc bánh ngô làm từ lúa mì hoặc ngô trải một thìa cà chua chiên lên trên mỗi chiếc bánh.

b) Trải rau bina hoặc mầm cải xoong lên trên cà chua và ốp một quả trứng vào giữa bánh.

c) Nêm hạt tiêu và rải phô mai xung quanh quả trứng.

d) Nướng 10-12 phút và thêm 2 lát giăm bông vào mỗi chiếc bánh ngay trước khi dùng.

6. Thịt xông khói cổ điển với trứng

THÀNH PHẦN:
- 8 quả trứng
- 150 g thịt xông khói
- Cà chua bi cắt lát
- Muối và hạt tiêu cho vừa ăn
- Rau mùi tây sạch

HƯỚNG DẪN:
a) Chiên thịt xông khói cho đến khi giòn. Đặt sang một bên trên đĩa.
b) Chiên trứng trong mỡ thịt xông khói theo cách bạn thích.
c) Cắt đôi quả cà chua bi và chiên chúng cùng lúc.
d) Ăn và nêm muối và hạt tiêu.
e) Trang trí với rau mùi tây.

7. Bánh mì bơ tỏi

THÀNH PHẦN:
- 1 bánh mì baguette có hạt lớn (khoảng 12 ounce), không quá cứng
- 8 thìa canh (115 gam hoặc 4 ounce) bơ không muối hoặc có muối (nếu dùng bơ có muối, bỏ qua phần muối bổ sung bên dưới), cắt thành khối
- 4 tép tỏi vừa, băm nhỏ
- Một nhúm ớt đỏ, vừa ăn
- 1/2 thìa cà phê muối thô hoặc muối kosher
- 1/2 muỗng cà phê oregano khô (tùy chọn)
- 1/3 đến 1/2 chén phô mai parmesan hoặc pecorino nghiền mịn (tùy chọn)
- 1 muỗng canh mùi tây thái nhỏ
- 1 muỗng canh hẹ băm (tùy chọn)

HƯỚNG DẪN:
a) Làm nóng lò nướng thịt trong lò của bạn.

b) Lót giấy bạc vào khay nướng lớn để làm sạch dễ dàng hơn.

c) Cắt bánh mì baguette theo chiều dọc và sắp xếp các miếng bánh mì sao cho mặt cắt hướng lên trên khay nướng.

d) Trong một cái chảo nhỏ, trộn bơ, tỏi băm, ớt đỏ và muối (nếu dùng bơ không muối). Đun trên lửa vừa cao, khuấy đều cho đến khi tỏi kêu xèo xèo trong bơ nhưng không chuyển sang màu nâu.

e) Nếu muốn, thêm lá oregano khô vào để tăng thêm hương vị.

f) Đổ đều hỗn hợp bơ tỏi lên các mặt cắt của bánh mì baguette.

g) Rắc bánh mì với phô mai parmesan bào mịn hoặc phô mai pecorino già, nếu dùng.

h) Đặt khay nướng có bánh mì tỏi đã chuẩn bị sẵn bên dưới lò nướng thịt. Hãy theo dõi chặt chẽ và xoay nó khi cần thiết để đảm bảo màu đều.

i) Nướng trong 2 đến 3 phút hoặc cho đến khi bánh mì tỏi có màu vàng nâu và nướng. Hãy thận trọng để tránh nấu quá chín hoặc cháy.

j) Lấy bánh mì tỏi ra khỏi lò và rắc rau mùi tây thái nhỏ và hẹ băm (nếu dùng).

k) Cắt bánh mì tỏi thành từng đoạn và dùng ngay khi còn ấm và thơm ngon.

l) Nếu còn thừa, bạn có thể bọc chúng trong giấy bạc và bảo quản trong tủ lạnh. Để thưởng thức chúng một lần nữa, hãy hâm nóng chúng trong lò để có kết quả tốt nhất.

8. Frittata phô mai dê và nấm

THÀNH PHẦN:
TRỨNG TRỘN THỊT CHIÊN:
- 150 g nấm
- 75 g rau chân vịt tươi
- 50 g hẹ
- 50 g bơ
- 6 quả trứng
- 110g phô mai dê
- Muối và tiêu đen xay

PHỤC VỤ:
- 150 g rau lá xanh
- 2 muỗng canh dầu ô liu
- Muối và tiêu đen xay

HƯỚNG DẪN:
a) Làm nóng lò trước ở nhiệt độ 175°C (350°F).

b) Bào hoặc nghiền nát phô mai và trộn vào tô với trứng. Muối và hạt tiêu cho vừa ăn.

c) Cắt nấm thành miếng nhỏ. Cắt nhỏ hẹ.

d) Hòa tan bơ trên lửa vừa trong chảo phù hợp với lò nướng rồi xào nấm và hành tây trong 5-10 phút hoặc cho đến khi có màu vàng nâu.

e) Thêm rau bina vào chảo và chiên thêm 1-2 phút nữa. Hạt tiêu.

f) Đổ hỗn hợp trứng vào chảo. Nướng trong 20 phút hoặc cho đến khi chín vàng và cứng ở giữa.

g) Ăn kèm với rau lá xanh và dầu ô liu.

9.Bữa sáng Risotto thịt xông khói, trứng và tỏi tây

Làm: 5 phần ăn

THÀNH PHẦN:
- 1 cốc (4 ounce) thịt xông khói hoặc pancetta thái hạt lựu
- 1 muỗng canh dầu ô liu
- 3 muỗng canh bơ không muối, chia ra, cộng thêm để chiên trứng
- 2 củ tỏi tây lớn hoặc 3 củ nhỏ hơn, cắt làm 4 theo chiều dọc, làm sạch và cắt nhỏ
- 1/2 củ hành tây nhỏ hoặc 1 củ hẹ lớn, thái nhỏ
- 2 chén arborio, carnaroli hoặc loại gạo Ý hạt ngắn khác
- 1/3 chén rượu vang trắng khô hoặc rượu vermouth
- 6 đến 8 chén nước luộc gà hoặc nước luộc rau có hàm lượng natri thấp
- 1 cốc phô mai parmesan tươi bào, cộng thêm để hoàn thiện
- Muối và hạt tiêu đen mới xay
- 4 đến 6 quả trứng lớn (mỗi quả một khẩu phần)
- Hẹ tươi băm nhỏ để trang trí (tùy chọn)

HƯỚNG DẪN:
CẢ HAI PHƯƠNG PHÁP BẮT ĐẦU TRÊN LÒ:
a) Đặt thịt xông khói hoặc pancetta vào chảo vừa hoặc chảo xào sâu lòng (3 đến 4 lít) và vặn lửa ở mức trung bình cao. Nấu cho đến khi thịt xông khói/pancetta chuyển sang màu béo và giòn, khoảng 5 phút, khuấy đều khi cần thiết để chín đều. Dùng thìa có rãnh vớt ra đĩa có lót khăn và đặt sang một bên, để lại phần nước nhỏ giọt trong chảo.

b) Giảm lửa ở mức vừa và thêm 1 thìa dầu ô liu và 1 thìa bơ vào mỡ thịt xông khói, đun nóng cho đến khi tan chảy.

c) Thêm tỏi tây và hành tây vào nấu, khuấy đều cho đến khi mềm và gần như mềm, khoảng 7 đến 10 phút.

d) Thêm gạo vào và nấu, xào cho đến khi chín nhẹ, khoảng 3 phút. Thêm rượu vang hoặc vermouth và nấu cho đến khi nó gần như biến mất, khoảng 2 phút.

ĐỂ HOÀN THÀNH TRÊN LÒ:

e) Múc 1 chén nước dùng vào hỗn hợp gạo và đun nhỏ lửa cho đến khi ngấm, khuấy thường xuyên. Thêm 1/2 cốc nước dùng còn lại mỗi lần, để nước dùng ngấm trước khi thêm vào và khuấy thường xuyên cho đến khi cơm chín đều, khoảng 25 đến 30 phút.

f) Khi bạn đạt được kết cấu và độ mềm mong muốn, hãy khuấy 2 thìa bơ còn lại và 1 cốc phô mai parmesan. Nêm muối và hạt tiêu cho vừa ăn. Múc vào bát và rắc thịt xông khói hoặc pancetta giòn.

g) Để hoàn tất trong lò nướng: Thêm 6 cốc nước dùng vào hỗn hợp gạo và vặn lửa lớn để đun sôi. Sau khi sôi, đậy nắp lại (hoặc giấy bạc, nếu bạn không có nắp) và chuyển vào lò nướng. Nướng risotto trong lò từ 20 đến 25 phút hoặc cho đến khi phần lớn chất lỏng được hấp thụ nhưng trông hơi lỏng. Nếu hỗn hợp có vẻ khô sau khi cơm chín, hãy thêm nước dùng, mỗi lần 1/2 cốc, khuấy đều.

h) Sau đó, nhanh chóng, trong một chiếc chảo nhỏ, đun nóng một lớp bơ ở nhiệt độ vừa cao và xoáy đều để phủ đều chảo. Đập một quả trứng vào chảo, nêm muối và hạt tiêu rồi giảm lửa vừa. Tôi thích đậy chảo bằng một nắp nhỏ vào thời điểm này vì nó có vẻ giúp trứng chín nhanh hơn và đều hơn. Trong một phút, bạn sẽ có một quả trứng ốp la hoàn hảo. Chuyển sang bát risotto đầu tiên của bạn và lặp lại với những quả trứng còn lại.

i) Trang trí thêm một chút parmesan bào sợi, hẹ (nếu dùng) và ăn ngay.

10. Trứng tráng trong cốc

THÀNH PHẦN:
- 2 quả trứng
- 2 thìa kem
- Muối và tiêu
- 1 thìa bơ

HƯỚNG DẪN:
a) Bôi một ít bơ nhẹ vào cốc hoặc tô lớn.
b) Đánh trứng và kem, đổ đầy cốc đến mức tối đa 2/3 vì trứng sẽ nở ra khi nấu chín.
c) Thêm một chút muối và hạt tiêu đen hoặc ớt cayenne mới xay.
d) Nấu trong lò vi sóng ở công suất tối đa trong 1-2 phút.
e) Khuấy và cho vào lò vi sóng thêm một phút nữa.
f) Lấy ra và thêm một ít bơ.
g) Để nguội trong 1 phút.

11. Cơm, cà tím & rán feta

Làm: 4 phần ăn

THÀNH PHẦN:

- ⅔ cốc nước sôi
- ⅓ chén cơm trộn
- Một nhúm muối lớn
- ¾ chén dầu ô liu
- 1 quả cà tím, cắt thành khối nhỏ
- 1 tép tỏi, nghiền nát
- ½ cốc sữa chua tự nhiên kiểu Hy Lạp
- 2 ½ thìa lá oregano tươi cắt nhỏ
- 6 quả cà chua phơi khô trong dầu, cắt nhỏ
- 50g feta, thái hạt lựu
- ⅔ cốc bột mì thường
- 3 quả trứng, đánh nhẹ
- Muối và tiêu đen xay

HƯỚNG DẪN:

a) Cho nước, gạo và muối vào nồi nhỏ rồi đun sôi trên lửa vừa. Giảm nhiệt xuống mức trung bình thấp, đậy nắp kín và nấu trong 15 phút. Chuyển cơm đã nấu chín vào tô vừa.

b) Trong khi đó, đun nóng 60ml (¼ cốc) dầu trong chảo lớn trên lửa vừa. Thêm cà tím vào và nấu, không đậy nắp, khuấy thường xuyên trong 20 phút hoặc cho đến khi mềm. Thêm tỏi và nấu, khuấy đều trong 1 phút. Tắt bếp và để yên trong 5 phút cho nguội một chút. Chuyển hỗn hợp cà tím vào tô của máy xay thực phẩm và chế biến thành hỗn hợp nhuyễn.

c) Kết hợp sữa chua và 2 muỗng cà phê lá oregano vào một cái bát nhỏ. Che và đặt sang một bên.

d) Dùng nĩa để tách hạt gạo. Thêm hỗn hợp cà tím, lá oregano còn lại, cà chua khô, feta, bột mì, trứng, muối và hạt tiêu vào cơm rồi trộn nhẹ nhàng cho đến khi hòa quyện.
e) Đun nóng 2 muỗng canh dầu còn lại trong chảo chống dính lớn trên lửa vừa cao. Đổ riêng khoảng 5 thìa hỗn hợp vào chảo và dùng mặt sau của thìa ấn nhẹ từng thìa. Nấu trong 2 phút mỗi bên hoặc cho đến khi vàng.
f) Chuyển sang một đĩa lớn và phủ nhẹ bằng giấy bạc để giữ ấm.
g) Lặp lại theo mẻ với hỗn hợp dầu và gạo còn lại. Ăn ngay với sữa chua oregano.

12.bánh nướng xốp trứng

THÀNH PHẦN:
- 8 quả trứng
- 1 củ hành lá, thái nhỏ
- 150 g chorizo, xúc xích Ý hoặc thịt xông khói nấu chín
- 75 g phô mai bào
- 1 muỗng canh pesto đỏ hoặc pesto xanh
- Muối và tiêu đen xay

HƯỚNG DẪN:
a) Làm nóng lò trước ở nhiệt độ 175°C (350°F).
b) Cắt nhỏ hẹ và thịt.
c) Đánh trứng cùng với gia vị và sốt pesto. Thêm phô mai và trộn.
d) Cho bột vào khuôn muffin và thêm thịt xông khói, xúc xích hoặc xúc xích.
e) Nướng khoảng 25 phút tùy theo kích thước khuôn.

13.Bánh mì hương thảo khoai tây

THÀNH PHẦN:
BIGA (TRƯỚC LÊN MEN):
- 1 1/2 cốc (7 oz.) biga (công thức này tạo ra biga 16 ounce; bạn có thể giảm một nửa)

BỘT CHÍNH:
- 3 cốc cộng với 2 thìa canh (14 oz.) bột mì hoặc bột mì có hàm lượng gluten cao chưa tẩy trắng
- 1 1/2 thìa cà phê (0,38 oz) muối
- 1/4 thìa cà phê (0,03 oz) hạt tiêu đen, xay thô (tùy chọn)
- 1 1/4 thìa cà phê (0,14 oz) men ăn liền
- 1 cốc (6 oz.) khoai tây nghiền
- 1 muỗng canh (0,5 oz.) dầu ô liu
- 2 muỗng canh (0,25 oz.) hương thảo tươi cắt nhỏ
- 3/4 cốc cộng 2 thìa canh thành 1 cốc (7 đến 8 oz.) nước, ở nhiệt độ phòng (hoặc ấm nếu khoai tây lạnh)
- 4 thìa canh (1 oz.) tỏi nướng băm nhỏ (tùy chọn)
- Bột báng hoặc bột ngô để rắc bột
- Dầu ôliu để quét lên trên

HƯỚNG DẪN:
a) Lấy biga ra khỏi tủ lạnh 1 giờ trước khi làm bánh mì.
b) Cắt nó thành khoảng 10 miếng nhỏ bằng dụng cụ cạo bánh ngọt hoặc dao răng cưa.
c) Che lại bằng một chiếc khăn hoặc màng bọc thực phẩm và để yên trong 1 giờ để loại bỏ cảm giác lạnh.
d) Khuấy đều bột mì, muối, tiêu đen và men trong tô trộn 4 lít hoặc tô trộn điện.
e) Thêm miếng biga, khoai tây nghiền, dầu ô liu, hương thảo và 3/4 cốc cộng với 2 muỗng canh nước.

f) Khuấy bằng thìa lớn (hoặc trộn ở tốc độ thấp bằng cánh khuấy) trong 1 phút hoặc cho đến khi nguyên liệu tạo thành một quả bóng.
g) Thêm nước nếu cần thiết, hoặc thêm bột mì nếu bột quá dính.
h) Rắc bột mì lên mặt bếp, chuyển bột sang mặt bếp và bắt đầu nhào (hoặc trộn ở tốc độ trung bình bằng móc bột).
i) Nhào khoảng 10 phút (hoặc 6 phút bằng máy), thêm bột mì nếu cần.
j) Bột phải mềm và dẻo, dính nhưng không dính. Nó phải vượt qua bài kiểm tra cửa sổ và đăng ký 77° đến 81°F.
k) Cán dẹt miếng bột và phết tỏi nướng lên trên.
l) Vo bột thành khối tròn rồi nhào bằng tay trong 1 phút.
m) Thoa nhẹ một ít dầu vào một cái tô lớn rồi chuyển bột vào tô, lăn tròn để dầu phủ đều.
n) Bọc cái bát với miếng bọc nhựa.
o) Ủ ở nhiệt độ phòng trong khoảng 2 giờ hoặc cho đến khi bột nở gấp đôi.
p) Lấy bột ra khỏi bát và chia thành 2 phần bằng nhau cho ổ bánh mì, hoặc 18 miếng bằng nhau (khoảng 2 oz. mỗi miếng) cho bánh cuộn ăn tối.
q) Nặn từng miếng lớn hơn thành bó hoa hoặc nặn từng miếng nhỏ hơn thành cuộn.
r) Lót giấy nướng vào khay (dùng 2 khay làm bánh cuộn) và phủ nhẹ một lớp bột báng hoặc bột ngô lên trên khay.
s) Đặt bột lên giấy da, tách các miếng bột ra để chúng không chạm vào nhau, ngay cả sau khi bột đã nở.
t) Xịt dầu lên bột và bọc lỏng bằng màng bọc thực phẩm.
u) Ủ ở nhiệt độ phòng trong 1 đến 2 giờ, tùy thuộc vào kích thước của từng miếng bột, hoặc cho đến khi bột nở gấp đôi.
v) Làm nóng lò ở nhiệt độ 400 độ F với giá đỡ lò ở kệ giữa.

w) Lấy nhựa ra khỏi bột và phết nhẹ bánh mì hoặc bánh mì bằng dầu ô liu (tùy chọn chấm điểm).

x) Đặt (các) chảo vào lò nướng. Nướng bánh trong 20 phút, sau đó xoay chảo 180° để nướng đều.

y) Tổng thời gian nướng bánh sẽ mất từ 35 đến 45 phút.

z) Nướng các cuộn trong 10 phút, xoay chảo và sau đó nướng thêm 10 phút nữa.

aa) Các ổ bánh mì và bánh cuộn phải có màu nâu vàng đậm xung quanh và nhiệt độ bên trong phải đạt ít nhất là 195°F.

bb) Ổ bánh mì phải tạo ra âm thanh rỗng khi đập vào đáy.

cc) Lấy ổ bánh mì hoặc ổ cuộn đã hoàn thành ra khỏi lò và để nguội trên giá ít nhất 1 giờ đối với ổ bánh mì và 20 phút đối với ổ bánh mì trước khi dùng.

MÓN ĂN VÀ MÓN KHAI THÁC

14. Bánh mì nướng atisô Gratin

THÀNH PHẦN:
- 2 chén atisô nấu chín, để ráo nước và cắt nhỏ
- 1 củ khoai tây vàng Yukon, gọt vỏ và thái hạt lựu rất nhỏ
- 1/4 cốc kem đặc, cộng thêm tối đa 2 thìa để nếm thử
- 1 tép tỏi nhỏ, băm nhỏ
- Muối Kosher và hạt tiêu đen mới xay
- Một vài vỏ vỏ chanh
- Nước ép của nửa quả chanh
- 1 cốc (2 1/2 ounce) phô mai Asiago nghiền mịn
- 6 lát bánh mì thịnh soạn yêu thích của bạn
- Rau mùi tây tươi để trang trí

HƯỚNG DẪN:
a) Nấu tim atisô đông lạnh trên bếp trong nước sôi cho đến khi chúng mềm hẳn. Quá trình này sẽ mất khoảng 4 đến 5 phút (điều chỉnh nếu cần tùy theo nhãn hiệu bạn sử dụng).

b) Đổ atisô đã nấu chín vào một cái chao, sau đó trải chúng ra các lớp khăn giấy để loại bỏ nước thừa. Nhấn nhẹ nhàng để đảm bảo chúng khô nhất có thể.

c) Đặt khoai tây thái hạt lựu vào nồi, đổ một chút nước lạnh và thêm một chút muối.

d) Đặt hẹn giờ trong 8 phút, đun sôi nước và nấu khoai tây cho đến khi chúng mềm nhưng không bị nát. Quá trình này thường mất khoảng 8 phút nhưng hãy kiểm tra kết cấu.

e) Xả khoai tây, lau sạch nồi rồi đặt lên bếp.

f) Trong nồi đã được làm sạch, trộn kem đặc, tỏi băm, vỏ chanh, muối và tiêu. Đun sôi hỗn hợp và nấu trong một phút, khuấy đều.

g) Thêm khoai tây đã ráo nước vào hỗn hợp kem và nấu chúng cùng nhau trong 1 đến 2 phút. Điều này cho phép các hương vị hòa quyện.

h) Cắt atisô đã ráo nước và khô thành từng miếng vừa ăn (khoảng 1/2 inch).
i) Cho atisô đã cắt nhỏ vào tô lớn rồi nêm muối và nước cốt chanh cho vừa ăn.
j) Thêm hỗn hợp kem khoai tây và 3/4 cốc phô mai bào vào bát cùng với atisô.
k) Khuấy các thành phần để kết hợp. Hương vị gia vị và điều chỉnh với muối và hạt tiêu khi cần thiết.
l) Nếu hỗn hợp có vẻ hơi khô, hãy thêm tối đa 2 thìa kem đặc.
m) Làm nóng lò nướng thịt trong lò hoặc đặt lò nướng ở nhiệt độ 450°F.
n) Xếp các lát bánh mì lên khay có lót giấy bạc để dễ dàng dọn dẹp.
o) Đổ đều hỗn hợp atisô-khoai tây lên các lát bánh mì.
p) Rắc phô mai đã để sẵn lên trên.
q) Nướng hoặc nướng cho đến khi bánh mì nướng chín vàng và phô mai tan chảy. Quá trình này có thể mất khoảng 5 phút trong lò nướng thịt hoặc 10 đến 15 phút trong lò nướng cường độ thấp hơn.
r) Sau khi bánh mì nướng vàng và mềm, hãy lấy chúng ra khỏi lò.
s) Trang trí với rau mùi tây tươi.
t) Phục vụ bánh mì nướng Atisô Gratin khi chúng còn nóng và thưởng thức.

15. Bí ngòi cuộn với patê rau củ

Tạo ra: 2

THÀNH PHẦN
- 2 quả bí xanh nhỏ
- Phô mai kem 4,4 ounce
- 1 tép tỏi
- 3 muỗng canh quả óc chó, xay
- dầu ô liu
- ½ muỗng cà phê tiêu đen
- Muối
- rau thì là

HƯỚNG DẪN:
a) Cắt bí xanh thành khối vuông và đun sôi trong nước muối.
b) Cho chúng vào máy xay sinh tố và xay thành hỗn hợp nhuyễn.
c) Thêm phô mai kem, tỏi nghiền và quả óc chó xay.
d) Khuấy nhẹ pate và nêm dầu ô liu, tiêu đen và muối.
e) Món pate chay với bí xanh và phô mai kem đã sẵn sàng.

16.Bánh mì nướng với cá mòi

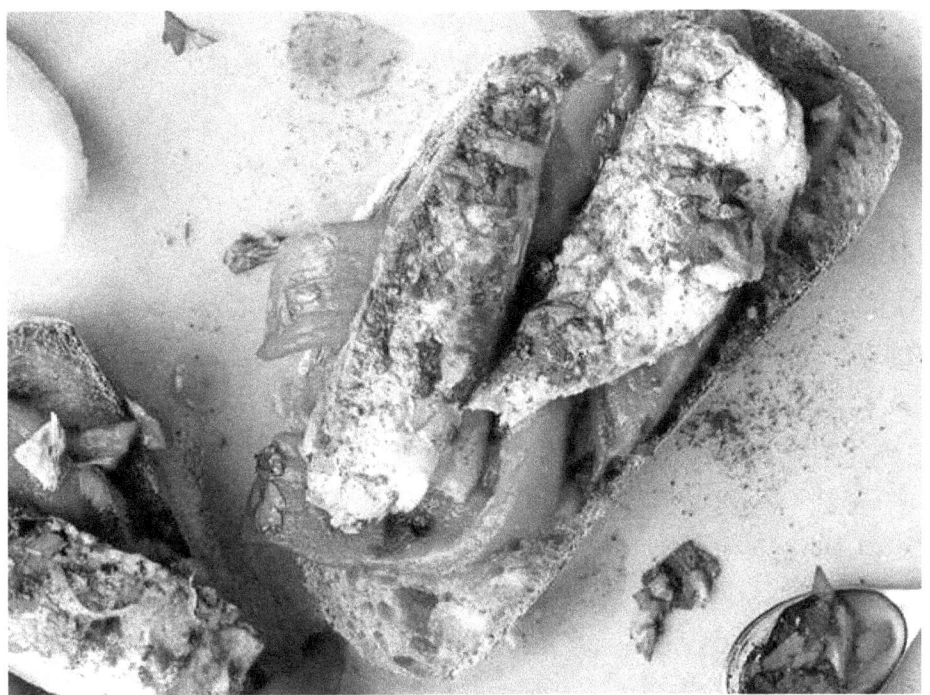

Tạo ra: 1

THÀNH PHẦN
- 1 lát bánh mì Scotland Plain Loaf hoặc tương tự
- 1 thìa cà phê bơ
- 4,3 ounce cá mòi ngâm dầu

HƯỚNG DẪN
a) Để ráo dầu trong hộp thiếc, lấy hai hoặc ba con cá mòi nguyên con và đặt chúng sang một bên. Cho tất cả phần còn lại vào tô và nghiền nát. Nêm nếm vừa ăn.

b) Nướng nhẹ một lát bánh mì và bơ một cách hào phóng.

c) Xếp cá mòi nghiền lên bánh mì nướng. Hãy chắc chắn rằng bạn lấy được cá đến tận mép. Đặt hai hoặc ba con cá mòi nguyên con lên trên và đặt dưới vỉ nướng (gà thịt) ở lửa vừa cao cho đến khi cá sủi bọt và bắt đầu giòn ở các cạnh, khoảng 3-5 phút.

d) Cắt bánh mì nướng làm đôi và phục vụ. Bạn có thể ăn nó bằng nĩa và dao, nhưng nếu bạn để nó trong vài phút, bạn có thể nhặt nó bằng ngón tay, điều này sẽ khiến bạn hài lòng hơn nhiều!

17. Zucchini nhồi phô mai ít calo

THÀNH PHẦN

- 3 quả bí vừa
- 200 g phô mai
- 80ml kem
- 12 quả ô liu đen
- 3 nhánh mùi tây
- 3 muỗng canh dầu ô liu
- Muối
- Tiêu đen và trắng

HƯỚNG DẪN:

a) Nướng bí xanh. Đầu tiên, làm nóng lò ở nhiệt độ 220 o. Trong khi đó, rửa sạch và đặt bí xanh vào đĩa chịu lửa. Rắc chúng, xịt dầu và chà xát chúng trong khoảng 10 hoặc 12 phút hoặc lâu hơn.

b) Làm nhân. Cho kem và phô mai cùng một chút muối và hạt tiêu vào máy xay cho đến khi thu được một loại kem đồng nhất.

c) Thêm ô liu đen thành từng miếng nhỏ và một ít rau mùi tây cắt nhỏ vào, rồi khuấy đều cho đến khi mọi thứ trộn đều.

d) Điền và phục vụ. Cắt bí xanh thành 3 miếng. Với sự trợ giúp của một cái thìa, loại bỏ một ít bã bên trong, trộn nó với phô mai kem, và dùng bột thu được lấp đầy các lỗ bí xanh.

e) Trang trí với một ít hạt tiêu xay và vài lá mùi tây.

18. Thịt viên cà tím sốt cà chua

Làm: 16 viên thịt

THÀNH PHẦN
ĐỐI VỚI THỊT VIÊN
- 2 quả cà tím cỡ vừa
- ½ chén vụn bánh mì mịn
- ¼ chén hạt thông
- ½ parmesan bào mịn
- 1 quả trứng vừa
- ½ thìa cà phê ớt đỏ mảnh ớt
- ½ muỗng cà phê hạt thì là
- 1 thìa cà phê lá oregano khô
- 1 thìa cà phê muối biển mịn
- 3-4 muỗng canh dầu ô liu

CHO NƯỚC SỐT
- 2 tép tỏi
- 2 cốc passata
- 1 cốc nước
- 1 nắm nhỏ húng quế tươi
- ½ muỗng canh dầu ô liu
- Muối và tiêu

HƯỚNG DẪN
a) Làm nóng lò ở nhiệt độ 400F.

b) Cắt mỗi đầu của cà tím và dùng dao sắc cắt bỏ vỏ. Cắt cà tím thành khối có kích thước 1 inch và xếp đều trên khay nướng.

c) Rưới 2-3 thìa dầu ô liu lên và đảo cà tím để dầu phủ lên cà tím.

d) Nướng trong 15-20 phút cho đến khi hơi vàng và chín đều. Lấy ra khỏi lò và để nguội trong 5-10 phút.

e) Sau khi nguội một chút, cho vào máy xay thực phẩm cùng với hạt thông, phô mai parmesan, vụn bánh mì, trứng, hạt thì là, ớt đỏ, lá oregano và muối.

f) Đánh nhuyễn mọi thứ cho đến khi mịn nhưng vẫn có một số kết cấu.

g) Quét dầu ô liu lên khay nướng rồi lăn hỗn hợp cà tím thành những quả bóng có đường kính 1,5 inch.

h) Làm ướt tay bằng nước lạnh nếu hỗn hợp bị dính.

i) Đặt các viên thịt lên khay nướng và phết nhẹ một ít dầu ô liu. Nướng trong lò khoảng 20-25 phút cho đến khi mặt trên hơi vàng.

LÀM nước sốt

j) Trong khi nướng thịt viên hãy làm nước sốt. Băm nhuyễn tỏi và cho vào chảo lớn hoặc chảo rán với $\frac{1}{2}$ thìa dầu ô liu.

k) Sau khi đã thơm, thêm passata/cà chua xay nhuyễn và nước cùng một chút muối và tiêu.

l) Đun sôi nước sốt trong 10 phút cho đến khi hơi đặc lại rồi cho một nắm húng quế tươi vào khuấy đều.

m) Phục vụ thịt viên phủ một ít nước sốt cà chua với polenta, mì ống hoặc rau nướng.

19. Cá Monkfish và xiên cà chua bi

Số lượng: 2 người

THÀNH PHẦN
- 1 pound đuôi cá chày không da, phi lê
- 12 quả cà chua bi
- nấm 12 nút
- 2 muỗng canh dầu ô liu
- 1 muỗng cà phê tiêu chanh hoặc gia vị cá khác

HƯỚNG DẪN
a) Ngâm xiên gỗ trong nước khoảng 20 phút. Điều này sẽ giúp xiên không bị cháy trong lò.
b) Làm nóng lò ở nhiệt độ 200°C/400°F
c) Rửa sạch đuôi cá chày dưới nước lạnh và lau khô trên khăn giấy nhà bếp.
d) Cắt đuôi thành từng miếng khoảng $1\frac{1}{2}$ inch. Việc này sẽ tạo thành khoảng 30 miếng.
e) Xiên 5 miếng đuôi cá chày vào xiên, xen kẽ với 2 quả cà chua bi và 2 cây nấm nút.
f) Rưới 2 thìa dầu olive lên khay nướng rồi xếp xiên vào khay. Cuộn các xiên trong dầu ô liu khi bạn sắp xếp chúng sao cho chúng được phủ một lớp dầu nhẹ lên tất cả các mặt.
g) Đậy khay nướng bằng giấy nhôm rồi cho vào lò nóng và nướng trong 8 phút.
h) Lấy khay ra khỏi lò, bỏ giấy nhôm ra, lật mặt kebab rồi cho vào lò nướng khoảng 5 phút cho đến khi cà chua và hành tây mềm và cá chín.
i) Lấy ra khỏi lò và dùng ngay với rau, khoai tây và một lát chanh.

20. cà tím cốt lết

THÀNH PHẦN:
- 1 quả cà tím lớn
- ¼ muỗng cà phê muối kosher, và nhiều hơn nữa
- ⅓ chén bột mì đa dụng
- 2 quả trứng lớn
- 1 ounce Parmesan
- 1 cốc panko
- 1 thìa cà phê tiêu đen mới xay
- ½ muỗng cà phê lá oregano khô
- ½ thìa cà phê bột tỏi
- ½ muỗng cà phê ớt bột nóng
- ½ thìa cà phê bột hành
- ⅓ cốc dầu hạt cải
- ⅓ cốc dầu ô liu nguyên chất

HƯỚNG DẪN

a) Cắt bỏ phần trên của cà tím. Sử dụng dụng cụ gọt vỏ để loại bỏ da. Cắt cà tím theo chiều dọc thành lát dày ½ inch. Rắc muối lên cả hai mặt của mỗi lát cà tím. Lót giấy hoặc khăn bếp vào khay có viền.

b) Xếp các lát cà tím thành một lớp. Phủ một lớp khăn bếp hoặc khăn giấy khác lên trên. Đặt một tấm chảo khác lên trên. Để các lát cà tím treo ra ngoài (hay còn gọi là xả bớt nước thừa) trong 30 đến 60 phút; cả giờ là tốt hơn, nhưng không cần thiết nếu bạn bị ép về thời gian.

c) Trong khi đó, chuẩn bị trạm nạo: Cho bột vào tô cạn hoặc đĩa có viền; nêm một chút muối. Trong một cái bát nông, nêm trứng với một chút muối và đánh bằng nĩa cho đến khi mịn. Trong máy chế biến thực phẩm, chế biến Parmesan cho đến khi tạo thành một bữa ăn ngon.

d) Cho panko, tiêu đen, lá oregano, bột tỏi, ớt bột, bột hành tây và ¼ thìa cà phê muối vào máy xay thực phẩm, sau đó xay cho đến khi hòa quyện. Nếm thử và điều chỉnh gia vị.

e) Trong một chảo gang lớn, trộn dầu và đun nóng trên lửa vừa cao.

f) Trong khi dầu đang nóng, hãy tẩm bột các lát cà tím: Lau khô từng lát bằng giấy hoặc khăn bếp. Lăn cả hai mặt qua bột mì, sau đó là trứng, rồi đến bột panko dày dặn. Chuyển sang một đĩa riêng.

g) Để kiểm tra xem dầu đã đủ nóng hay chưa, hãy thêm mẩu bánh panko vào chảo. Nó sẽ kêu xèo xèo ngay lập tức—không chìm xuống đáy, không cháy. Khi đủ nóng, hãy thêm một vài lát cà tím tẩm bột (không nên quá nhiều nếu không chúng sẽ không có màu nâu đúng cách). Nấu từ 2 đến 3 phút mỗi mặt, cho đến khi có màu vàng nâu đậm.

h) Chuyển cà tím vừa chiên vào đĩa có lót khăn giấy để thấm bớt dầu mỡ, sau đó chuyển sang giá lưới để giữ được độ giòn.

i) Chiên các lát cà tím còn lại theo cách tương tự. Đây là món ăn ngon nhất khi dùng nóng.

21.Pumpernickel với rau diếp, phô mai Harz và táo

Làm: 4 phần ăn

THÀNH PHẦN:
- 2 quả táo chua lớn
- 1 muỗng canh dầu
- 1 củ hành đỏ
- 1 bó hẹ
- 6 muỗng canh giấm táo
- 1 thìa cà phê mù tạt
- 2 thìa đường
- 4 muỗng canh dầu hạt cải
- Muối
- Hạt tiêu
- 100 g rau diếp
- 50 g salad Frisée
- 8 lát phô mai Harzer
- 8 lát bí ngô lớn

HƯỚNG DẪN:
a) Táo rửa sạch, chà khô. Cắt phần vỏ lõi bằng dụng cụ cắt bánh quy lõi táo. Cắt táo thành 8 lát mỗi quả.

b) Đun nóng 1 thìa dầu trong chảo. Chiên các khoanh táo thành 2 phần mỗi bên trong khoảng 1 phút. Xả trên giấy ăn.

c) Gọt vỏ hành tây và cắt thành khối nhỏ. Hẹ rửa sạch, lắc khô và cắt thành từng cuộn nhỏ, ngoại trừ một vài cọng để trang trí.

d) Trộn giấm, mù tạt và đường. Rưới dầu thành dòng mỏng. Nêm muối và hạt tiêu rồi cho hành tây và hẹ vào đảo đều.

e) Rau xà lách rửa sạch, vắt khô. Có khả năng. cắt nhỏ hơn.

f) Cắt đôi các lát phô mai theo chiều ngang.

g) Phủ một lát bí ngô với một ít salad, 2 lát táo và 2 nửa lát phô mai. Thoa một ít quần áo lên.

h) Che các lát bí ngô còn lại và trang trí bằng lá hẹ.

i) Trộn phần salad còn lại và nước sốt. Dọn ra bát và dùng kèm với bánh mì Harzer.

22. Bơ Nhồi Gà Tinga

Làm: 2 phần ăn

THÀNH PHẦN:
- 4 quả cà chua
- ¼ củ hành trắng
- 2 tép tỏi
- 1 quả ớt chipotle, khô
- 1 nhúm muối
- 1 nhúm hạt tiêu
- 1 muỗng canh dầu ô liu
- ½ củ hành trắng, phi lê
- ½ ức gà, thái nhỏ
- 1 lá bơ
- 2 quả bơ
- 3 lá ngò tươi
- ¼ củ hành, thái lát
- 1 quả ớt serrano, thái lát

HƯỚNG DẪN:
a) Làm nóng trước trong lò ở 180 ° C.
b) Trộn cà chua với hành trắng, tỏi và ớt chipotle. Mùa và dự trữ
c) Làm nóng chảo trên lửa vừa với dầu ô liu, xào hành tây với ức gà, thêm chế phẩm xay sinh tố với lá bơ và nấu trong 20 phút hoặc cho đến khi chất lỏng giảm bớt.
d) Đổ tinga vào bơ và nướng trong 10 phút.
e) Rửa bơ với một ít lá rau mùi, hành tím và lát tiêu serrano.

23.Đồ ăn nhẹ trái cây Brochette

Làm: 2 phần ăn

THÀNH PHẦN:
- 1 cốc dưa hấu cắt thành khối hoặc hình trái tim
- 1 cốc dừa cắt thành khối hoặc hình trái tim
- 1 cốc kiwi cắt thành khối hoặc hình trái tim
- $\frac{1}{4}$ cốc quả việt quất

HƯỚNG DẪN:
a) Trên một que xiên, chèn trái cây, chèn dưa hấu, sau đó là dừa, sau đó là kiwi và chèn một quả việt quất vào giữa mỗi quả.

b) Làm lạnh trái cây và mang đồ ăn nhẹ của bạn đi bất cứ đâu. Thưởng thức

24. Bát đựng cá ngừ và dưa hấu

Làm 4

THÀNH PHẦN:
- 1 pound cá ngừ vây vàng loại sushi, cắt khối
- 1 ½ cốc dưa hấu cắt hạt lựu
- 1 ½ chén dưa hấu hoặc dưa đỏ cắt khối
- ½ chén nước sốt ponzu
- 6 muỗng canh giấm gạo
- ¼ chén dầu mè nướng
- 2 thìa mirin
- 2 muỗng canh tahini
- 4 thìa cà phê gừng tươi bào sợi
- 4 muỗng cà phê nước sốt tỏi ớt châu Á

PHỤC VỤ
- Cơm sushi nấu chín
- Đậu edamame nấu chín, bỏ vỏ
- Sốt mayo Sriracha
- Bơ cắt lát
- Ngò tươi
- Hành lá thái mỏng
- Hạt vừng rang

HƯỚNG DẪN
a) Đặt khối cá ngừ vào tô vừa.
b) Đặt khối dưa hấu vào một bát vừa riêng biệt.
c) Cho sốt ponzu, giấm, dầu mè, mirin, tahini, gừng và sốt tỏi ớt vào máy xay cho đến khi mịn, từ 2 đến 3 phút.
d) Đổ một nửa hỗn hợp ponzu lên cá ngừ trong bát; đổ hỗn hợp còn lại lên dưa hấu trong bát riêng. đậy bát; ướp trong tủ lạnh theo khẩu vị mong muốn, từ 1 đến 2 giờ.

e) Để phục vụ, hãy tập hợp cá ngừ và dưa hấu với các lựa chọn phục vụ mong muốn trong bát phục vụ.

25. Bánh mì nướng bơ và dâu

THÀNH PHẦN
- dâu tây cắt lát
- giấm balsamic, để làm mưa phùn
- quả bơ chín
- nước chanh tươi
- muối biển
- bánh mì nướng
- húng quế sạch
- hạt cây gai dầu, tùy chọn để bổ sung protein

HƯỚNG DẪN
a) Đặt dâu tây vào một cái bát nhỏ và trộn với một ít giấm balsamic. Hãy ngồi trong 5 phút.

b) Cắt quả bơ làm đôi, sau đó cắt thành khối. Thêm một chút chanh và một chút muối vào quả bơ. Múc nó ra và dùng mặt sau của một chiếc nĩa để đập nó lên bánh mì nướng.

c) Bánh mì nướng với dâu tây, húng quế, rắc hạt gai dầu, nếu dùng, và thêm muối biển để nếm thử.

26. Cà tím và hummus Timbale

THÀNH PHẦN:
- 3 quả cà tím
- 300 g đậu xanh nấu chín
- 1 tép tỏi
- 1 nước cốt chanh
- 1 muỗng canh tahini
- 8-12 quả cà chua bi
- 2 muỗng canh dầu ô liu nguyên chất
- 1 thìa cà phê thì là xay
- Một ½ chén lá mùi tây
- Hạt tiêu
- Muối

HƯỚNG DẪN:
a) Nướng cà tím, làm sạch cà tím rồi cắt thành từng lát khoảng ½ cm. Tiếp theo, bạn phết dầu lên khay nướng rồi xếp các lát cà tím vào, rắc lên rồi nướng ở nhiệt độ 180°C trong khoảng 15-20 phút.

b) Làm món hummus. Để làm điều này, hãy rửa sạch đậu xanh và nghiền nát chúng với tỏi đã bóc vỏ, nước cốt chanh, tahini và thì là. Sau đó, muối và trộn cho đến khi thu được bột có kết cấu mịn. Sau đó, nếu cần thiết, thêm một ít nước.

c) Chuẩn bị nhạc đệm. Đầu tiên, chần mùi tây, để trong tủ lạnh và nghiền nát với dầu. Và sau đó, mặt khác, làm nâu cà chua và dự trữ.

d) Xếp đĩa, kẹp các lát cà tím với các lớp hummus để tạo thành một loại timbale loại dầu. Và nó được đi kèm với những quả cà chua vàng, một chút dầu mùi tây lên trên và đĩa, sau đó dùng một vài lá mùi tây.

27. Xúc Xích Nhồi Nấm

Tạo nên:1

THÀNH PHẦN:
- 2 xúc xích
- 1 tép tỏi
- 2 muỗng canh kem phô mai
- 1 muỗng canh hạt lanh xay
- ½ củ hành tây

HƯỚNG DẪN:
a) Bỏ ruột và xào xúc xích với tỏi ép. Để qua một bên.
b) Sau đó cắt bỏ cuống nấm và thái nhỏ.
c) Trộn cuống nấm thái nhỏ với phô mai kem rồi thêm thịt xúc xích đã nguội vào.
d) Cuối cùng, thêm hạt lanh đã xay và đổ hỗn hợp nấm vào.
e) Đặt nấm vào đĩa thịt hầm lớn và nướng ở nhiệt độ 160 °C trong 25 phút.

28. Bơ nhồi rau dền

THÀNH PHẦN:
- 2 chén rau dền
- 3 miếng bơ
- 1 cốc cà chua cắt thành khối nhỏ
- 1 muỗng canh dầu ô liu
- $\frac{1}{4}$ chén rau mùi, thái nhỏ
- Muối và tiêu

HƯỚNG DẪN:
a) Trong một cái bát, trộn rau dền, cà chua và ngò. Nêm nếm vừa ăn.

b) Cắt đôi quả bơ, sau đó loại bỏ hạt và đổ hỗn hợp rau dền vào.

c) Đổ một ít dầu ô liu lên quả bơ nhồi.

d) Phục vụ lạnh.

BÁNH MÁNH MẠNH VÀ BÁNH GÓI

29. Sandwich Protein với cá ngừ

Tạo ra: 2

THÀNH PHẦN

- 4 ounce cá ngừ đóng hộp
- ½ quả bơ cỡ vừa
- ¼ cốc sữa chua Hy Lạp nguyên chất
- ½ cốc dưa chuột kiểu Anh, thái hạt lựu
- ¼ chén ô liu xanh, xắt nhỏ
- ¼ chén thì là tươi, xắt nhỏ
- ½ quả chanh, vắt nước
- 1 thìa cà phê bột tỏi
- Muối + hạt tiêu cho vừa ăn

HƯỚNG DẪN

a) Dưa chuột thái hạt lựu, ô liu và thì là cắt nhỏ. Để qua một bên.

b) Nghiền bơ trong tô lớn. Sau đó, cho tất cả nguyên liệu còn lại vào tô.

c) Trộn tất cả mọi thứ lại với nhau cho đến khi hòa quyện, điều chỉnh mùa cho vừa miệng.

d) Múc salad cá ngừ vào cuộn rau diếp hoặc thêm nó vào bánh mì sandwich, bánh mì nướng, bánh pita hoặc salad. Thức ăn thừa có thể bảo quản trong tủ lạnh trong vài ngày.

30. Chả giò sốt xoài Thái

Làm: 8 phần ăn

THÀNH PHẦN
Nước Chấm Xoài Thái Lan:
- 1 quả xoài chín, thái hạt lựu
- 1 (1 inch) miếng gừng tươi, nạo
- 2 thìa tương ớt Thái ngọt
- 2 muỗng canh giấm gạo
- 1 quả chanh, ép lấy nước
- ½ chén húng quế tươi và/hoặc ngò Thái, xắt nhỏ

Chả giò chay:
- 1 quả bơ lớn, gọt vỏ, bỏ hạt và thái lát mỏng
- 2 chén rau tươi
- Muối và hạt tiêu cho vừa ăn
- ½ chén lá ngò
- ½ chén lá bạc hà tươi
- 8 cái bánh tráng
- 1 muỗng cà phê đậu phộng xắt nhỏ, để phủ lên trên

HƯỚNG DẪN
a) Trong máy xay sinh tố, kết hợp tất cả các thành phần nước chấm ngoại trừ húng quế và ngò. Trộn cho đến khi mịn, thêm húng quế và ngò và xay cho đến khi cắt nhỏ. Đổ vào tô, đậy nắp và để trong tủ lạnh cho đến khi dùng.

b) Vắt một ít nước cốt chanh lên quả bơ đã cắt lát. Tạo một dây chuyền lắp ráp các loại rau và thảo mộc để tất cả chúng đều sẵn sàng hoạt động.

c) Đổ đầy một đĩa nông bằng nước ấm. Thêm một tờ giấy gạo, mỗi lần một tờ trong 5 đến 10 giây. Lấy ra và đặt trên một bề mặt phẳng.

d) Ở một đầu của giấy gói gạo, bắt đầu xếp lớp từ 1 đến 2 lát bơ, một nắm nhỏ ngò tươi và bạc hà, cùng một ít rau.
e) Rắc rau với muối và hạt tiêu. Gấp cả hai đầu vào giữa và cuộn tờ giấy càng chặt càng tốt mà không bị rách.
f) Đặt từng miếng chả giò đã chuẩn bị lên đĩa phục vụ và dùng giấy nhôm bọc lại để nem không bị khô.
g) Tiếp tục với các nguyên liệu còn lại, thêm chúng vào đĩa khi bạn làm. Luôn luôn bọc nem bằng giấy bạc.
h) Dọn nem với nước chấm xoài và đậu phộng cắt nhỏ (nếu muốn).

31. Gói bơ Thổ Nhĩ Kỳ

Làm: 2 phần ăn

THÀNH PHẦN:
- 4 lát thịt xông khói chưa nấu chín; thái hạt lựu
- ½ cốc bơ cắt nhỏ
- ½ cốc cà chua cắt nhỏ; hạt bỏ đi
- ½ chén hành đỏ thái nhỏ
- 2 muỗng canh húng quế tươi cắt nhỏ
- 1 muỗng cà phê nước cốt chanh tươi
- Muối kosher
- Hạt tiêu
- ¼ pound gà tây hun khói thái lát mỏng
- 1 chén rau arugula cắt nhỏ đóng gói chắc chắn
- 2 bánh bột mì

HƯỚNG DẪN:
a) Đun nóng chảo chống dính lớn trên lửa vừa. Thêm thịt xông khói và nấu cho đến khi giòn và có màu nâu, khoảng 5 phút, thỉnh thoảng khuấy. Dùng thìa có rãnh chuyển thịt xông khói vào đĩa có lót khăn giấy.

b) Kết hợp bơ, cà chua, hành tây, húng quế, nước cốt chanh và thịt xông khói vào một cái bát nhỏ.

c) Nêm muối kosher và hạt tiêu cho vừa ăn.

d) Làm ấm bánh ngô trong chảo chống dính lớn trên lửa vừa cao, khoảng 15 giây mỗi mặt. Bánh ngô cũng có thể được nướng trong lò vi sóng ở nhiệt độ cao trong 10 hoặc 15 giây hoặc bọc trong giấy nhôm và nung nóng trong lò ở nhiệt độ 350 độ trong 3 đến 5 phút.

e) Chia đều hỗn hợp bơ cho các bánh ngô và trải đều lên từng bánh, chừa lại ít nhất một đường viền 1 inch xung quanh mép. Chia gà tây và rau arugula cho các bánh ngô và đặt lên trên hỗn hợp bơ thành hình chữ nhật 2 x 5 inch ở nửa dưới của mỗi bánh ngô.

f) Gấp các cạnh bên phải và bên trái của bánh tortilla lên trên phần nhân, hướng về phía giữa. Gấp cạnh dưới của bánh tortilla về phía giữa và nhẹ nhàng cuộn cho đến khi bánh tortilla được bao bọc hoàn toàn xung quanh phần nhân.

32. Món Nấm chay sốt Pesto

Làm: 1 bọc

THÀNH PHẦN

- 1 gói bánh tortilla
- 1 nấm portobello lớn hoặc 1,5 nấm nhỏ hơn
- 1 muỗng cà phê giấm balsamic
- dầu ô liu, để nấu ăn
- 1 muỗng canh sốt mayonaise
- 1 muỗng canh sốt pesto
- 2 tép tỏi, băm nhỏ
- 1 nắm rau bina non
- 3 quả cà chua bi, cắt làm tư
- 2 muỗng canh feta, vỡ vụn
- $\frac{1}{4}$ quả bơ, thái lát hoặc cắt khối
- 4-6 lát hành đỏ mỏng

HƯỚNG DẪN

a) Chuẩn bị nấm. Rưới giấm balsamic lên chúng, thêm tỏi và trộn đều.

b) Đặt sang một bên trong khi bạn chuẩn bị phần còn lại của màng bọc.

c) Rưới sốt mayonnaise và pesto lên màng bọc thực phẩm.

d) Bây giờ nấu nấm của bạn. Đun nóng một ít dầu trong chảo rồi chiên từng mặt cho đến khi vàng đều và chín vàng, thỉnh thoảng dùng thìa ấn xuống để xả chất lỏng.

e) Sau khi đã sẵn sàng, thêm thẳng vào phần trên của màng bọc.

f) Cuộn bánh tortilla, dán kín hai đầu và cắt làm đôi. Phục vụ.

33. Bơ và phô mai Emmental và Quesadillas

Làm: 4 phần ăn

THÀNH PHẦN
- 8 quesadilla ngô
- 2 quả bơ, thái lát
- 80 g tacos hoặc giăm bông lát
- 120 g phô mai Emmental bào

HƯỚNG DẪN
a) Xếp 1 chiếc bánh ngô vào 4 món khác nhau. Trên mỗi cái, đặt bơ, giăm bông và phô mai.
b) Đậy nắp và nướng trong 2-3 phút ở nhiệt độ vừa phải.
c) Lấy ra khỏi lò và để yên trong 2-3 phút mà không mở nắp.
d) Đặt lên khay, cắt thành từng phần và thưởng thức.

34.Burritos bắp cải

THÀNH PHẦN:
- 1 bắp cải xanh hoặc Trung Quốc (12 lá)
- 300 g thịt bò xay
- 1 tép tỏi
- 400ml cà chua thái hạt lựu
- 1 muỗng canh cà chua xay nhuyễn
- 1 muỗng canh taco thảo mộc
- 1 lon ngô nhỏ
- 2 tay phô mai bào
- 100gr đậu thận

HƯỚNG DẪN:
a) Băm nhỏ hành tây, sau đó là tỏi và chiên trong chảo.
b) Thêm thịt băm và sau đó là rau thơm taco. Nướng cái này lỏng lẻo.
c) Khuấy cà chua xay nhuyễn và cắt khối, sau đó cho ngô và đậu thận đã ráo nước vào. Để phần nhân bánh burrito này sôi trong vài phút.
d) Trong khi đó, đun sôi nước.
e) Làm nóng lò ở 180 độ. Cắt lá bắp cải và luộc chúng (mỗi 2 hoặc 3) trong một hoặc 2 phút trên chảo rồi để ráo nước.
f) Đặt 2 lá bắp cải cạnh nhau sao cho chúng chồng lên nhau một chút.
g) Múc một ít nhân bánh burrito lên một mặt, rắc một ít phô mai rồi cẩn thận cuộn lại. Đừng đẩy quá mạnh.
h) Lặp lại điều này với phần lá bắp cải còn lại và phần nhân. Nếu tất cả đều có trong đĩa nướng, hãy rắc thêm một ít phô mai lên chúng.
i) Sau đó đặt khay nướng vào trong lò nướng khoảng 15 phút.
j) Ăn carbohydrate với một ít cơm.

35. Bánh burger chay

Tạo ra: 8

THÀNH PHẦN

- 2 muỗng canh dầu ô liu nguyên chất, nhiều hơn để làm mưa phùn
- 2 củ hẹ, xắt nhỏ (⅔ cốc)
- 16 ounce nấm, hỗn hợp nấm hương + portobello, cắt cuống và thái hạt lựu
- 2 muỗng canh tamari
- 2 muỗng canh giấm balsamic
- 1 muỗng canh mirin hoặc ½ muỗng cà phê xirô phong
- 2 tép tỏi, băm nhỏ
- ½ thìa cà phê ớt bột xông khói
- 2 muỗng cà phê sriracha, nhiều hơn nếu muốn
- ½ chén quả óc chó cắt nhỏ
- ¼ chén hạt lanh xay
- 2 chén gạo lứt hạt ngắn đã nấu chín
- 1 chén vụn bánh mì panko, chia đôi
- Nước sốt Worcestershire thuần chay, để đánh răng
- Bình xịt chống dính dùng để nướng
- Bánh mì kẹp thịt và các món ăn kèm bánh mì kẹp thịt mong muốn
- Muối biển và hạt tiêu đen mới xay

HƯỚNG DẪN

a) Đun nóng dầu ô liu trong chảo vừa trên lửa vừa. Thêm hẹ và xào cho đến khi mềm, 1 phút. Thêm nấm và một chút muối vào, xào cho đến khi mềm và có màu nâu vàng, từ 6 đến 9 phút, giảm lửa một chút nếu cần.

b) Khuấy tamari, giấm và mirin. Khuấy, giảm nhiệt, sau đó thêm tỏi, ớt bột xông khói và sriracha. Lấy chảo ra khỏi bếp và để nguội một chút.

c) Cho nấm xào, quả óc chó, hạt lanh, gạo lứt và $\frac{1}{2}$ cốc panko vào máy xay thực phẩm. Xung cho đến khi vừa kết hợp. Hỗn hợp sẽ dính lại với nhau khi bị ép nhưng vẫn phải có kết cấu.

d) Chuyển sang tô lớn và gấp phần panko còn lại vào.

e) Tạo thành 8 miếng chả, đặt vào đĩa lớn và để trong tủ lạnh trong 1 giờ.

f) Nếu bạn nướng chả, hãy làm nóng lò nướng ở nhiệt độ trung bình cao. Quét dầu ô liu lên các miếng chả và xịt bình xịt nấu ăn lên vỉ nướng. Đặt các miếng chả lên vỉ nướng và dùng thìa ấn nhẹ xuống. Nướng trong 7 phút ở mặt đầu tiên, lật và nướng trong 6 đến 7 phút ở mặt thứ hai hoặc cho đến khi chín kỹ và chín đều.

g) Cách khác, nấu các miếng chả trên bếp. Đun nóng chảo gang trên lửa vừa. Phủ dầu vào đáy chảo và nấu các miếng chả trong 5 đến 6 phút mỗi mặt, hoặc cho đến khi chín kỹ và chín đều.

h) Tắt bếp, rưới sốt Worcestershire và dùng kèm các món ăn kèm theo ý muốn.

MÓN CHÍNH

36. Bolognese đơn giản, cần thiết

THÀNH PHẦN:

- 1 củ hành vàng nhỏ
- 1 củ cà rốt mỏng
- 1 cần tây sườn
- 2 tép tỏi (tùy chọn)
- 2 ounce pancetta, thái hạt lựu (tùy chọn) hoặc 2 đến 3 muỗng canh dầu ô liu
- Muối kosher
- Hạt tiêu đen và hạt tiêu đỏ tươi xay
- 1 pound thịt bò xay (80/20 hoặc 85/15)
- 1/2 cốc sữa nguyên chất hoặc 3/4 cốc sữa ít béo
- 1/2 chén rượu trắng khô
- 1 hộp cà chua 6 ounce
- Nước
- 1 lá nguyệt quế
- Một vài hạt nhục đậu khấu tươi
- 1 pound tagliatelle khô

HƯỚNG DẪN:

CHUẨN BỊ RAU CỦA BẠN:

a) Bắt đầu bằng cách cắt hành tây, cà rốt và cần tây thành từng miếng lớn. Nếu bạn có máy xay thực phẩm hoặc máy xay sinh tố mạnh, hãy xay các loại rau này (và tỏi nếu sử dụng) cho đến khi thái nhỏ.

b) Nếu không có, bạn có thể dùng dao thái nhỏ rau cho đến khi chúng giống như những miếng nhỏ từ couscous đến đậu Hà Lan.

XÂY DỰNG HƯƠNG VỊ CƠ SỞ:

c) Đun nóng nồi nặng vừa/lớn hoặc lò nướng Hà Lan (4 đến 5 lít) trên lửa vừa cao. Nếu bạn đang sử dụng pancetta, hãy thêm nó vào nồi và nấu cho đến khi nó giòn và có một ít chất béo. Nếu bạn không sử dụng pancetta, hãy phủ dầu ô liu vào đáy nồi và để nóng lên.

d) Thêm các loại rau đã cắt nhỏ và nêm thêm muối, hạt tiêu và một hoặc hai miếng ớt đỏ. Nấu rau cho đến khi chúng chín vàng đều, khuấy thường xuyên trong khoảng 10 phút. Thêm thịt bò xay, nêm nhiều muối và hạt tiêu rồi nấu cho đến khi chín vàng, mất khoảng 10 phút.

e) Nếu sử dụng sữa, hãy thêm sữa ngay bây giờ và nấu cho đến khi sữa biến mất, quá trình này sẽ mất khoảng 3 đến 4 phút. Sau đó thêm rượu vang trắng và nấu cho đến khi bay hơi, theo thời gian tương tự. Thêm bột cà chua và nấu thêm 3 đến 4 phút nữa.

f) Thêm 2 cốc nước, một lá nguyệt quế và vài hạt nhục đậu khấu tươi vào. Đun sôi hỗn hợp, sau đó giảm nhiệt xuống mức trung bình thấp. Bây giờ bạn đã đạt đến phần "bỏ đi" của công thức.

NẤU RAGU:

g) Trong 3 giờ tiếp theo (hoặc lâu hơn nếu bạn thích), thỉnh thoảng khuấy nước sốt, kiểm tra 30 phút một lần. Khi nước trong nước sốt cạn dần, hãy thêm nhiều hơn nhưng không quá 1 cốc mỗi lần để tránh thịt bị sôi. Thỉnh thoảng nếm thử và điều chỉnh gia vị nếu cần. Đun nhỏ lửa trong ít nhất 3 giờ và bạn có thể nấu lâu hơn nếu muốn. Loại bỏ và loại bỏ lá nguyệt quế.

KẾT THUC:

h) Nấu mì ống trong nước có pha muối cho đến khi còn 1 đến 2 phút nữa là chín. Trước khi ráo nước, múc 2 cốc nước nấu vào bình an toàn. Thêm mì ống đã ráo nước trực tiếp vào ragù, cùng với 1/2 đến 1 cốc nước dự trữ. Nấu mì ống và nước sốt cùng nhau trong 1 đến 2 phút, thêm nước cho mì ống nếu cần để giữ cho mì chuyển động.

i) Phục vụ trong bát rộng. Mặc dù Parmesan bào không phải là món truyền thống nhưng bạn có thể thêm nó vào nếu nó khiến bạn hài lòng.

j) Nếu bạn còn sót lại bolognese, nó sẽ đông cứng một cách tuyệt vời. Đặt nó vào một cái túi, loại bỏ không khí dư thừa và đông lạnh nó. Để sử dụng, hãy rã đông trong tủ lạnh và cho vào nồi đun sôi trở lại, thêm vài giọt nước để làm lỏng.

37. Cơm Chiên Rau Củ Và Đậu Phụ

Tạo ra: 3

THÀNH PHẦN
- 3 chén cơm đã nấu chín
- 2 muỗng canh dầu ăn
- 2 muỗng cà phê dầu mè
- ½ chén hành tây xắt nhỏ
- 5-6 tỏi băm
- 2 thìa cà phê gừng xay
- 1 củ cà rốt thái hạt lựu
- 1 quả bí xanh
- 2 chén bắp cải đỏ
- ½ chén đậu Hà Lan đông lạnh
- 1 gói đậu phụ cứng ép & cắt hạt lựu

CHO NƯỚC SỐT:
- 3 muỗng canh nước tương ít natri HOẶC tamari
- 1 muỗng canh giấm gạo HOẶC nước cốt chanh
- 1 muỗng canh sambal olek HOẶC bất kỳ loại tương ớt cay nào bạn chọn
- 2 thìa cà phê đường hoặc cây thùa
- 1 muỗng canh bơ đậu phộng tùy chọn
- Vài vòng xoắn của hạt tiêu
- Muối
- ¼ chén đậu phộng rang tùy chọn

HƯỚNG DẪN
a) Đánh đều các nguyên liệu làm nước sốt vào một cái bát và chuẩn bị sẵn sàng để sử dụng.
b) Đun nóng cả hai loại dầu trong chảo hoặc chảo.
c) Sau khi ấm, thêm hành vào và nấu cho đến khi trong suốt. Cho tỏi gừng vào xào cho đến khi có màu vàng nâu.

d) Bây giờ thêm rau vào.
e) Các loại rau cứng như cà rốt được ưu tiên hàng đầu. Sẽ mất khoảng 2 phút để nấu.
f) Thêm hỗn hợp nước sốt đã đánh bông vào.
g) Tiếp theo là bí xanh, bắp cải và đậu Hà Lan mất một phút để nấu.
h) Cho đậu phụ cắt khối vào và khuấy nhẹ để đậu phụ phủ đều.
i) Nấu nó trong 30 giây.
j) Thêm gạo vào và trộn đều. Nấu đậy nắp trong một phút.
k) Rắc đậu phộng rang lên trên và dùng nóng.

38. Gà nướng gạo lứt

Làm: 4 phần ăn

THÀNH PHẦN:
- 6 nửa ức gà
- 1 và ½ chén cần tây xắt nhỏ
- 1 và ½ chén hành tây
- 1 thìa cà phê tarragon tươi
- 2 chén nước luộc gà không muối
- 1 cộng với ½ chén rượu trắng khô
- 2 chén gạo lứt nấu chín

HƯỚNG DẪN:
a) Ức gà làm sạch, rửa sạch, lau khô và cắt thành khối nhỏ.
b) Cho thịt gà cắt miếng, cần tây xắt nhỏ, hành tây xắt nhỏ, ngải giấm và 1 chén nước dùng gà không muối vào tô, trộn đều rồi để ướp trong nửa giờ.
c) Cho vào chảo với một thìa cà phê dầu ô liu và nấu trên lửa vừa cho đến khi thịt gà và rau củ mềm khoảng 10 phút.
d) Lấy ra và để nguội.
e) Trong khay nướng, trộn rượu, 1 chén nước dùng và gạo lứt đã nấu chín, cho gà vào và đặt mọi thứ vào khay nướng.
f) Đậy giấy bạc bằng giấy nhôm và nấu trong lò đã làm nóng trước ở 200° C trong khoảng 15 phút.
g) Lấy ra và dùng nóng.

39. Cà tím nhồi cơm

Làm: 6 phần ăn

THÀNH PHẦN
- ½ chén gạo basmati trắng
- 3 pound cà tím (3 quả lớn)
- Muối kosher
- ¼ chén hạt thông nướng
- 2 chén đậu xanh đóng hộp, để ráo nước
- ½ chén mùi tây tươi, thái nhỏ
- ½ chén lá bạc hà tươi, thái nhỏ
- ¾ chén dầu ô liu nguyên chất, chia
- 1 củ hành nâu, bóc vỏ và băm nhỏ
- 48 ounce cà chua nướng cắt hạt lựu (3 lon)
- 4 tép tỏi nướng, băm nhỏ
- ½ muỗng cà phê quế
- ¼ thìa cà phê hạt tiêu
- 2 quả chanh tươi, ép lấy nước
- 2 muỗng canh bột cà chua
- Tiêu cayenne
- Muối và tiêu

HƯỚNG DẪN
a) Đổ cơm vào nước lạnh và 1 thìa muối; ngâm 30 phút trước khi nấu.

b) Gạo trắng ngâm trong bát nước.

c) Cắt bỏ cuống cà tím và cắt chúng làm đôi theo chiều dọc. Dùng dụng cụ lấy lõi rau hoặc dụng cụ gọt dưa để loại bỏ phần hạt ở giữa và phần thịt của nửa quả cà tím, để lại một khoảng ½ inch xung quanh mép ngoài.

d) Múc ra giữa nửa quả cà tím.

e) Rắc nửa quả cà tím với muối kosher và để chúng nghỉ trong bát trong 30 phút để loại bỏ vị đắng. Rửa sạch muối bằng nước, lau khô và xếp chúng vừa khít vào đĩa nướng 9×13.
f) Nửa quả cà tím trên một tấm nướng bánh.
g) Nướng hạt thông trong chảo trên lửa vừa, khuấy liên tục cho đến khi chúng có màu nâu đẹp mắt (đừng để chúng cháy!).
h) Nướng tép tỏi của bạn.
i) Hạt thông nướng khô trong chảo.
j) Làm nóng lò nướng của bạn ở nhiệt độ 350 độ F. Lắp máy xay thực phẩm của bạn bằng một lưỡi kim loại. Trộn đậu xanh, rau mùi tây và bạc hà với nhau cho đến khi chúng được cắt nhỏ. Đừng chế biến quá kỹ, nếu không bạn sẽ có món hummus xanh! Chỉ cần đập vài lần để cắt nhỏ đậu xanh và rau thơm. Múc các nguyên liệu vào tô trộn.
k) Mỡ một chảo lớn với 1 muỗng canh dầu ô liu. Xào hành tây cho đến khi vàng nâu và có màu caramen. Cho một nửa củ hành tây vào tô trộn, nửa còn lại cho vào chảo.
l) Đậu xanh và gia vị trong máy chế biến thực phẩm.
m) Gạo đã ngâm để ráo nước, vo sạch rồi cho vào tô trộn cùng với hạt thông nướng, 1 lon cà chua thái hạt lựu, $\frac{1}{4}$ chén dầu ô liu, tỏi rang, rau mùi tây, quế, hạt tiêu và nước cốt của 1 quả chanh. Trộn kỹ các nguyên liệu bằng nĩa, sau đó nêm muối và hạt tiêu. Nếm thử hỗn hợp, thêm gia vị nếu muốn.
n) Thìa nhồi lỏng vào nửa quả cà tím (phần nhân sẽ nở ra trong khi nấu). Rắc cà tím nhồi với dầu ô liu.
o) Nửa quả cà tím chứa đầy nhân.
p) Trong chảo mà bạn đã dành một nửa số hành tây đã nấu chín, đổ 2 lon cà chua nướng lửa còn lại, $\frac{1}{4}$ cốc dầu ô liu,

nước cốt của 1 quả chanh, 2 thìa bột cà chua và một chút ớt cayenne. Trộn các nguyên liệu lại với nhau và đun trên lửa vừa cho đến khi nước sốt sủi bọt. Tắt bếp và nêm muối và hạt tiêu cho vừa ăn.

q) Sốt cà chua trong chảo.

r) Rưới đều nước sốt lên hai nửa quả cà tím đã nhồi. Đậy đĩa nướng bằng giấy bạc. Đặt món ăn vào lò nướng và để nó nấu trong 45 phút. Lấy giấy bạc ra khỏi đĩa nướng và tiếp tục nấu thêm 15-30 phút nữa cho đến khi cà tím mềm và phần nhân đã chín. Ăn nóng.

40. Nấm và đậu xanh với hạnh nhân

THÀNH PHẦN:
- 16 ounce đậu xanh tươi, cắt bỏ phần đầu
- 8 ounce nấm cremini, thái lát mỏng
- $\frac{1}{2}$ chén hạnh nhân cắt lát
- 2-3 muỗng canh dầu ô liu nguyên chất
- 2 tép tỏi, thái nhỏ
- một chút muối và hạt tiêu cho vừa ăn

HƯỚNG DẪN

a) Làm nóng chảo lớn trên lửa vừa (tôi thích dùng gang cho việc này). Cho dầu vào chảo, sau đó cho đậu xanh vào và nêm một chút muối và tiêu. Khuấy thường xuyên trong 3-4 phút.

b) Tiếp theo, cho nấm đã thái lát và tỏi băm nhỏ vào chảo. Khuấy đều tất cả để kết hợp. Sau đó nấu thêm 4-5 phút nữa, thỉnh thoảng khuấy đều.

c) Khi đậu xanh mềm và nấm chuyển sang màu hơi nâu thì nêm thêm một chút muối và tiêu.

d) Chuyển rau vào đĩa phục vụ và đặt hạnh nhân cắt lát lên trên.

41. Cá tuyết hấp

THÀNH PHẦN:

- 4 phi lê cá tuyết (à 150 g)
- 4 thìa nước cốt chanh
- 2 tỏi tây
- 3 muỗng canh dầu hạt cải
- 100 ml nước luộc rau
- Muối
- Hạt tiêu
- húng tây phơi khô
- 1 bó hẹ
- 1 quả chanh hữu cơ

HƯỚNG DẪN:

a) Phi lê cá rửa sạch, thấm khô rồi rưới 2 thìa nước cốt chanh. Tỏi tây làm sạch, rửa sạch và cắt thành từng khoanh.

b) Đun nóng 1 muỗng canh. Cho dầu vào chảo, phết cá khô vào xào trong 2 phút ở lửa vừa. Sau đó lật lại, thêm nước cốt chanh còn lại và 50 ml nước luộc rau vào rồi đậy nắp, nấu trong 5 - 7 phút ở lửa nhỏ.

c) Trong khi đó, đun nóng lượng dầu còn lại trong chảo, xào các vòng tỏi tây ở lửa vừa trong 2 phút, nêm muối, tiêu và húng tây.

d) Thêm nước luộc rau còn lại vào và nấu tỏi tây trong 5 phút ở lửa nhỏ.

e) Trong khi đó, rửa sạch hẹ, lắc khô và cắt thành từng cuộn nhỏ. Rửa sạch chanh nóng và cắt làm tư

f) Ướp phi lê cá và tỏi tây với muối và tiêu, xếp ra đĩa và trang trí bằng hẹ và chanh.

42.Cá kho nước cốt dừa

Làm: 4 phần ăn

THÀNH PHẦN:
- 400 gram cà rốt
- 2 muỗng canh dầu
- 2 thìa cà phê bột cà ri đỏ
- 1 tép tỏi
- 4 quả ớt
- 1 muỗng canh nước cốt dừa
- Nước ép từ 1 quả chanh
- Muối
- Hạt tiêu
- 600 gram cá tuyết hoặc cá trắng khác
- 1 muỗng canh bột bắp hoặc bột mì
- 1 củ hành lá

HƯỚNG DẪN:
a) Gọt vỏ và cắt cà rốt. Đặt lò nướng ở 200 độ.

b) Cho dầu vào chảo và lau bột cà ri (hoặc cà ri bình thường) trên lửa vừa. Cho cà rốt vào chảo và nấu trong vài phút trong khi cắt tỏi và ớt.

c) Khuấy cà rốt để chúng không bị cháy.

d) Cắt tỏi, cắt thành lát mỏng và đặt lên chảo. Rửa sạch ớt, cắt thành khối và đặt vào chảo. Hãy dành vài phút để ớt thêm một ít chất lỏng và những miếng nhỏ bắt đầu mềm ra.

e) Thêm nước cốt dừa vào và nấu trên lửa nhỏ. Hãy thử nước sốt dừa với nước cốt chanh, muối và hạt tiêu.

f) Hành lá rửa sạch, cắt thành từng lát trộn vào nước sốt (để lại chút gì đó rắc lên bát đã hoàn thành).

g) Làm sạch cá và nhúng khô bằng khăn giấy nhỏ hoặc khăn rửa chén sạch, nêm muối và hạt tiêu.

h) Đổ nước sốt dừa vào chảo rồi đặt các miếng cá lên trên. Khuấy trong lò khoảng 12 phút hoặc cho đến khi cá mềm nhưng vẫn ngon ngọt.

i) Rắc hành lá cuối cùng lên trên và ăn nguyên vỏ.

43. Bát Poké cá hồi

THÀNH PHẦN:
- 250 gr phi lê cá hồi tươi
- 1 quả bơ
- 150 g cơm (sushi)
- 2 muỗng canh giấm gạo
- ½ quả dưa chuột
- Hạt mè
- 175 g xoài
- 30 g cỏ linh lăng
- 2 muỗng canh sốt mayonaise
- 2 thìa nước cốt chanh
- Ớt mảnh để nếm thử

CÁ HỒI Ướp:
- 1 muỗng canh nước tương
- 1 muỗng canh dầu mè
- 1 muỗng canh nước cốt chanh

HƯỚNG DẪN:
a) Cắt cá hồi thành khối vuông, thêm nguyên liệu làm nước xốt và đậy kín để trong tủ lạnh càng lâu càng tốt.
b) Chuẩn bị cơm rồi rắc giấm gạo lên.
c) Cắt dưa chuột, xoài và bơ thành từng miếng.
d) Trộn các nguyên liệu làm nước sốt. Chia các khối cá hồi, cơm, dưa chuột, bơ và xoài vào 2 bát và chia thành các mặt phẳng riêng biệt.
e) Trang trí với một ít cỏ linh lăng, sốt mayo chanh và hạt vừng.

44. Cá hồi sốt bơ bơ

Tạo nên: 1

THÀNH PHẦN:
- $\frac{1}{2}$ muỗng canh dầu ô liu
- $\frac{1}{4}$ thìa cà phê muối
- $\frac{1}{2}$ muỗng cà phê tiêu đen
- $\frac{1}{2}$ thìa cà phê bột ớt paprika
- 115 gram phi lê cá hồi
- $\frac{1}{2}$ quả bơ
- $\frac{1}{4}$ củ hành đỏ
- 1 muỗng canh nước cốt chanh tươi
- 1 muỗng canh rau mùi tươi
- 3 quả cà chua bi

HƯỚNG DẪN:
a) Trộn dầu, muối, tiêu và ớt bột vào tô.
b) Phủ phi lê cá hồi bao gồm cả nước xốt và cho vào tủ lạnh trong 30 phút.
c) Nướng cá hồi cả hai mặt trong 2 phút ở nhiệt độ cao.
d) Trộn bơ, cà chua xắt nhỏ, $\frac{1}{4}$ củ hành tím, nước cốt chanh, 1 thìa dầu ô liu và muối cho vừa ăn vào một bát riêng.
e) Phục vụ cá hồi với salsa bơ và trang trí với ngò cắt nhỏ. Ăn kèm với salad xanh trộn.

45. Quả bí ngô Spaghetti với tôm

THÀNH PHẦN:
- 2 muỗng canh dầu mè
- 2 muỗng canh hành trắng thái nhỏ
- 1 muỗng canh tỏi băm nhuyễn
- 1 muỗng canh gừng thái nhỏ
- 1 cốc cà rốt cắt thành dải
- ½ cốc đậu nành
- 1 chén đậu Hà Lan
- 1 chén tôm sạch
- 2 miếng bí ngô cắt thành dải mỏng
- 1 chén mùi tây
- 2 thìa ớt
- 1 chén hành tây xắt nhỏ, cắt thành dải
- 1 nhúm muối
- 1 nhúm hạt tiêu

HƯỚNG DẪN:
a) Đun nóng chảo sâu lòng hoặc chảo chiên món ăn phương Đông trên lửa vừa với dầu mè.
b) Thêm hành tây trắng, cùng tỏi cho đến khi có màu sáng, thêm gừng vào nấu thêm 3 phút.
c) Cho cà rốt với nước tương, thêm đậu Hà Lan và tôm vào nấu chín, thêm bí, lá mùi tây, nêm ớt, hành tây chiên và muối tiêu theo ý thích.
d) Phục vụ và thưởng thức.

46. Tôm Mexico

Tạo ra: 4 phần ăn

THÀNH PHẦN:
- 1 muỗng canh dầu ô liu nguyên chất
- 1 thìa cà phê ớt bột
- 1 muỗng cà phê muối natri thấp
- 1 lb. tôm vừa, bóc vỏ và bỏ chỉ
- 1 quả bơ, bỏ hạt và thái hạt lựu
- Rau diếp cắt nhỏ, để phục vụ
- Rau mùi tươi, để phục vụ
- 1 quả chanh, cắt thành từng múi

ĐỐI VỚI BÁNH TORTILLAS:
- 6 lòng trắng trứng
- $\frac{1}{4}$ chén bột dừa
- $\frac{1}{4}$ cốc sữa hạnh nhân
- $\frac{1}{2}$ muỗng cà phê muối natri thấp
- $\frac{1}{2}$ thìa cà phê thì là
- $\frac{1}{4}$ thìa cà phê ớt bột

HƯỚNG DẪN:
a) Kết hợp tất cả các thành phần tortilla.
b) Đun nóng chảo rồi trộn dầu ô liu, bột ớt, ít muối natri rồi trộn đều với tôm. Để qua một bên.
c) Phủ chảo bằng xịt dầu hạnh nhân và đổ một ít bột lên chảo thành một lớp mỏng lớp.
d) Nấu trong 2 phút, lật lại và nấu thêm 2 phút nữa cho đến khi chín vàng nhẹ.
e) Trên mỗi chiếc bánh tortilla có tôm, rau diếp, quả bơ và ngò.

47. Cá hồi chanh và húng tây

Tạo ra: 4 phần ăn

THÀNH PHẦN:
- 1 quả chanh, thái lát mỏng
- 1 muỗng canh húng tây tươi
- miếng cá hồi 32 ounce
- 1 muỗng canh nụ bạch hoa
- Nhúm ít muối natri và hạt tiêu mới xay
- Dầu ô liu

HƯỚNG DẪN:
a) Lót một tấm nướng có viền bằng giấy da .
b) Xếp từng lớp cá hồi, mặt da úp xuống trên khay nướng đã chuẩn bị sẵn.
c) Nêm với muối và hạt tiêu.
d) Sắp xếp nụ bạch hoa , chanh thái lát và húng tây trên cá hồi
e) Nướng ở 400 độ F trong 25 phút.

48. Tôm Scampi & Bí Spaghetti

Tạo ra: 4 phần ăn

THÀNH PHẦN:
ĐỐI VỚI MỲ Ý:
- 1 quả bí spaghetti, làm mềm và cắt đôi theo chiều dọc
- Dầu ô liu nguyên chất, để làm mưa phùn
- Muối và hạt tiêu ít natri
- 1 thìa cà phê lá oregano khô
- 1 muỗng cà phê húng quế khô

ĐỐI VỚI TÔM SCAMPI:
- 8 ounce tôm, bóc vỏ và bỏ chỉ
- 3 thìa bơ
- 2 muỗng canh dầu ô liu nguyên chất
- 2 tép tỏi, băm nhỏ
- Một nhúm ớt đỏ
- Nhúm muối và hạt tiêu
- 1 muỗng canh mùi tây tươi, xắt nhỏ
- Nước ép của 1 quả chanh
- Vỏ nửa quả chanh

HƯỚNG DẪN:
a) Làm nóng lò ở nhiệt độ 400 độ F.
b) Đặt hai nửa quả bí vào trên một tấm nướng có viền.
c) Rắc dầu và rắc gia vị.
d) Nướng trong lò trong 50 phút.
e) cạo phần bên trong bí để cắt bí thành sợi.
f) Đun chảy bơ và dầu ô liu trong chảo trên lửa vừa.
g) Thêm tỏi vào và xào trong 3 phút.
h) Trộn tôm, muối, hạt tiêu và hạt tiêu.
i) Nấu trong 5 phút cho đến khi tôm chín.
j) Tắt bếp và thêm bí spaghetti đã nấu chín vào.
k) Trộn với nước cốt chanh và vỏ.

l) Top với mùi tây.

49. Cá tuyết sốt cà chua

Tạo ra: 5

THÀNH PHẦN:
- 2 muỗng canh dầu ô liu
- 3 muỗng canh bột cà chua
- 1 thìa cà phê cỏ thì là khô
- 2 thìa cà phê cây thù du
- 2 thìa cà phê rau mùi đất
- 1½ thìa cà phê thì là xay
- 1 thìa cà phê bột nghệ
- 1 củ hành ngọt, thái hạt lựu
- 8 tép tỏi, nghiền nát
- 2 quả ớt jalapeño, xắt nhỏ
- 2 thìa nước cốt chanh
- 5 quả cà chua vừa, xắt nhỏ
- ½ cốc nước
- 5 phi lê cá tuyết
- nhúm muối
- Nhúm tiêu đen xay

HƯỚNG DẪN:
a) - Phần hỗn hợp gia vị: Cho thì là và gia vị vào tô rồi trộn đều.

b) Đun nóng dầu trong chảo và xào hành tây trong khoảng 2 phút.

c) Xào khoảng 2 phút với tỏi và ớt jalapeño.

d) Khuấy cà chua, bột cà chua, nước cốt chanh, nước, một nửa hỗn hợp gia vị, muối và hạt tiêu rồi đun sôi.

e) Nấu, đậy nắp, trong khoảng 10 phút ở nhiệt độ vừa phải, khuấy định kỳ.

f) Nêm đều phi lê cá tuyết với hỗn hợp gia vị còn lại, muối và hạt tiêu.

g) Đặt phi lê cá vào chảo và ấn nhẹ vào hỗn hợp cà chua.

h) Đặt nhiệt ở mức trung bình cao và nấu trong khoảng 2 phút.

i) Đun nhỏ lửa , đậy nắp trong khoảng 15 phút

50. cá rô phi gừng

Tạo ra: 5

THÀNH PHẦN:
- 5 phi lê cá rô phi
- 3 tép tỏi, nghiền nát
- 2 thìa gừng tươi, thái nhỏ
- 2 muỗng canh dừa không đường, nạo
- 2 muỗng canh dừa amino
- 8 củ hành lá, xắt nhỏ
- 2 muỗng canh dầu hạnh nhân

HƯỚNG DẪN:
a) Trong chảo, đun chảy dầu hạnh nhân trên lửa cao và chiên phi lê cá rô phi trong khoảng 2 phút mỗi mặt.
b) Thêm tỏi, dừa và gừng vào nấu chín 1 phút.
c) Thêm aminos dừa và nấu thêm 1 phút nữa.
d) Thêm hành lá và nấu thêm khoảng 2 phút nữa.

51. Swiss C cứng & cá tuyết chấm đen

Tạo ra: 1

THÀNH PHẦN:
- 2 muỗng canh dầu hạnh nhân
- 2 tép tỏi, nghiền nát
- 2 thìa cà phê gừng tươi, bào mịn
- 1 phi lê cá tuyết chấm đen
- Muối và tiêu đen xay
- 2 chén củ cải Thụy Sĩ, thái nhỏ
- 1 thìa cà phê dừa amino

HƯỚNG DẪN:
a) Trong chảo, đun chảy và đổ 1 thìa dầu hạnh nhân trên lửa vừa
b) Trong khoảng 1 phút, xào tỏi và gừng.
c) Thêm cá tuyết chấm đen cùng với muối và hạt tiêu ; nấu trong 4 phút mỗi bên .
d) Trong một chiếc chảo khác, làm tan chảy phần dầu hạnh nhân còn lại rồi nấu củ cải và dừa aminos trong khoảng 8 phút.
e) Phục vụ phi lê cá hồi trên củ cải.

52. Fettuccini cá hồi

Làm: 6 phần ăn

THÀNH PHẦN
- 12 ounce cá hồi tươi, cắt thành phi lê
- Húng quế sạch
- Muối biển và hạt tiêu cho vừa ăn
- 1 muỗng canh bơ đã được làm rõ
- Nước ép một quả chanh, khoảng 3 muỗng canh
- 2 tép tỏi, băm nhỏ
- 12 ounce fettuccini đánh vần, nấu chín
- 20 lá rau chân vịt

HƯỚNG DẪN
a) Làm nóng lò nướng trước.
b) Nhẹ nhàng chà cá hồi với muối và hạt tiêu, sau đó nướng trong 6 phút mỗi mặt cho đến khi nó bong ra dễ dàng bằng nĩa.
c) Đun nóng nước cốt chanh và tỏi với bơ.
d) Cho mì ống, sốt bơ tỏi, rau bina và húng quế tươi vào đĩa phục vụ.

53. Thăn lợn với bánh phồng nướng

Làm: 6 phần ăn

THÀNH PHẦN:
- 1 tờ bánh phồng
- 1 phi lê thịt lợn
- 6 lát thịt xông khói
- 6 lát phô mai
- 1 quả trứng, đánh bông

HƯỚNG DẪN:
a) Làm nóng lò ở nhiệt độ 220°C.
b) Phi lê phi lê với hạt tiêu và nâu trong chảo rán.
c) Dự trữ và để nguội.
d) Kéo căng tấm bánh phồng.
e) Ở phần giữa, đặt các lát phô mai và sau đó là các lát thịt xông khói sao cho chúng bọc lấy thịt thăn.
f) Sau khi thăn đã nguội, đặt nó lên thịt xông khói.
g) Cuối cùng, đóng bánh phồng lại.
h) Trải thăn lợn bọc trong bánh phồng với trứng đã đánh và cho vào lò nướng khoảng 30 phút.

54. Thịt lợn xát Chile với ngô và đậu đen

Tạo ra: 8

THÀNH PHẦN:
- 4 bắp ngô tươi, bỏ vỏ trấu
- 3 thìa nước cốt chanh tươi
- ½ chén nước luộc gà không muối
- ⅓ chén hành đỏ thái nhỏ
- 2 muỗng canh đường nâu đậm
- Ngò tươi
- 1 muỗng canh ớt bột chipotle
- 2 muỗng cà phê cacao không đường
- 2 miếng thịt thăn lợn, cắt nhỏ
- 1 thìa cà phê tiêu đen
- 2 thìa cà phê muối kosher
- 30 ounce đậu đen không thêm muối, để ráo nước và rửa sạch
- 3 muỗng canh dầu ô liu
- 1 quả chanh

HƯỚNG DẪN:
a) Cho ngô và nước luộc gà vào nồi sành.
b) Khuấy đều đường nâu, 1 thìa dầu ô liu, bột ớt, ca cao, hạt tiêu đen và 1½ thìa cà phê muối vào tô.
c) Chà xát thăn và đặt lên trên ngô trong Nồi Hầm.
d) Nấu chậm cho đến khi nhiệt kế cắm vào phần dày nhất của thăn đạt nhiệt độ 140°F và ngô mềm, từ 2 giờ 30 phút đến 3 giờ.
e) Cắt hạt ra khỏi lõi và cho hạt vào tô; cho đậu, ngô, hành tím, nước cốt chanh vào trộn cùng 2 thìa dầu ô liu và ½ thìa muối còn lại.

f) Cắt phần vôi còn lại thành 8 miếng. Cắt lát thịt lợn. Chia hỗn hợp ngô và thịt lợn thái lát ra 8 đĩa; phục vụ với nêm chanh. Trang trí với lá ngò.

55. Nachos thịt lợn chanh mật ong

Tạo ra: 8

THÀNH PHẦN:
- 1,5 pound thịt thăn lợn không xương, cắt nhỏ
- $1\frac{1}{4}$ thìa cà phê muối kosher
- 3 thìa mật ong
- 3 thìa nước cốt chanh tươi
- 1 muỗng canh tỏi thái lát
- 8 ounce bánh tortilla nướng nhiều hạt
- 4 ounce phô mai Jack tiêu, cắt nhỏ
- $\frac{1}{2}$ cốc cà chua thái hạt lựu
- ⅓ chén hành tím thái mỏng
- $\frac{1}{4}$ chén ngò tươi xắt nhỏ
- ⅓ cốc kem chua ít béo
- 2 thìa sữa nguyên chất
- 8 miếng chanh

HƯỚNG DẪN:
a) Rắc thịt lợn với 1 muỗng cà phê muối rồi cho vào Nồi Hầm. Rưới mật ong và nước cốt chanh; đặt những lát tỏi lên trên.

b) Nấu chậm cho đến khi nhiệt kế cắm vào phần dày nhất của thịt lợn ghi 140°F, từ 2 đến 3 giờ.

c) Chuyển thịt lợn sang thớt, để phần nước xốt vào Nồi Hầm; để thịt lợn nghỉ trong 10 phút. Cắt thịt lợn thành những khối nhỏ và trộn với nước xốt đã để sẵn vào Nồi Hầm.

d) Xếp khoai tây chiên thành một lớp đều trên khay nướng có viền, đặt thịt lợn và phô mai lên trên.

e) Đun cho đến khi phô mai tan chảy, khoảng 4 phút. Phủ cà chua, hành tây, ngò và $\frac{1}{4}$ thìa cà phê muối còn lại lên trên.

f) Trộn kem chua và sữa rồi rưới lên nachos.
g) Ăn kèm với chanh.

56. Thịt thăn sốt cảng và hương thảo

Tạo ra: 12

THÀNH PHẦN:
- 3 pound thịt thăn lợn không xương, cắt nhỏ
- 8 tép tỏi, cắt đôi theo chiều dọc
- 2¼ thìa cà phê muối kosher
- 1 thìa cà phê tiêu đen
- 1 muỗng canh dầu ô liu
- 2 thìa cà phê bột cá cơm
- 2 nhánh hương thảo tươi
- cổng ½ cốc
- Cà chua nghiền không thêm muối đóng hộp 28 ounce, không để ráo nước
- Gói 24 ounce khoai tây nghiền đông lạnh
- 6 thìa kem tươi
- 6 thìa rưỡi
- 4 muỗng canh bơ không muối

HƯỚNG DẪN:
a) Cắt 16 túi nhỏ xung quanh bên ngoài thăn lợn và nhét tỏi vào các túi.
b) Chà thăn lợn với muối và hạt tiêu.
c) Đun nóng dầu trong chảo chống dính ở lửa vừa cho đến khi sủi bọt, khoảng 1 phút.
d) Thêm thăn lợn vào, chiên vàng đều các mặt.
e) Chuyển thịt lợn vào Nồi Hầm, để phần nước xốt vào chảo.
f) Thêm bột cá cơm và hương thảo vào, nấu cho đến khi có mùi thơm, khoảng 1 phút.
g) Thêm cổng để nới lỏng các phần màu nâu ở đáy chảo. Chuyển hỗn hợp vào Nồi Hầm, thêm cà chua và ½ thìa cà

phê muối vào. Nấu chậm cho đến khi nhiệt kế cắm vào phần dày nhất của thịt lợn ghi 140°F, khoảng 3 giờ. Chuyển thịt lợn sang thớt hoặc đĩa phục vụ, dự trữ nước nấu trong Nồi Hầm; để thịt lợn nghỉ trong 10 phút.

h) Đổ chất lỏng nấu ăn dành riêng vào nồi.

i) Đun sôi ở lửa vừa phải; đun sôi khoảng 8 phút.

j) Chuẩn bị khoai tây theo hướng dẫn trên bao bì, bỏ sữa và bơ.

k) Thêm crème fraîche, nửa rưỡi, 2 thìa bơ, $\frac{3}{4}$ thìa cà phê muối và $\frac{1}{2}$ thìa cà phê tiêu còn lại vào khoai tây hấp; nghiền đến độ đặc mong muốn.

l) Khuấy 2 thìa bơ còn lại vào nước sốt đã giảm bớt cho đến khi tan chảy.

m) Ăn thịt lợn thái lát với khoai tây và giảm bớt nước sốt.

57. Thịt lợn Posole

Tạo ra: 10

THÀNH PHẦN:
- 3 pound thịt nạc vai không xương, tỉa và cắt thành miếng 1 inch
- 1 muỗng canh thì là xay
- 1 thìa cà phê muối kosher
- Lon hominy trắng 15 ounce, để ráo nước và rửa sạch
- 1 thìa cà phê tiêu đen
- 1 muỗng canh dầu hạt cải
- 1½ chén ớt poblano cắt nhỏ
- 1½ chén hành vàng xắt nhỏ
- 4 chén nước luộc gà không muối
- Củ cải thái mỏng
- lon 15 ounce đậu pinto không thêm muối, để ráo nước và rửa sạch
- 1 cốc nước sốt salsa
- Hành lá thái mỏng
- Lá oregano tươi

HƯỚNG DẪN:
a) Rắc đều thịt lợn với thì là, muối và tiêu đen. Đun nóng dầu trong chảo trên lửa vừa phải. Cho một nửa số thịt lợn vào chảo; nấu, thỉnh thoảng khuấy cho đến khi có màu vàng nâu, khoảng 4 phút. Chuyển sang nồi sành. Lặp lại quy trình với phần thịt lợn còn lại.

b) Thêm ớt poblano và hành tây vào, caramen nhẹ trong khoảng 5 phút.

c) Thêm ½ cốc nước luộc vào chảo, khuấy đều để các phần màu nâu bong ra khỏi đáy chảo; chuyển đến Crockpot.

d) Thêm salsa verde, hominy, đậu pinto và $3\frac{1}{2}$ cốc nước dùng còn lại vào.
e) Nấu chậm cho đến khi thịt lợn mềm, khoảng 7 tiếng rưỡi.
f) Nghiền một ít đậu và hominy bằng máy nghiền khoai tây.
g) Ăn súp với củ cải thái lát, hành lá và lá oregano.

58. Bí ngòi cà rốt đệm

Tạo ra: 4

THÀNH PHẦN:
- 500 g khoai tây luộc chín
- 2 củ cà rốt
- 1 quả bí xanh
- 1 thìa bột đậu xanh
- Muối
- hạt nhục đậu khấu
- 2 muỗng canh dầu ô liu
- 1 quả chanh hữu cơ
- ½ bó tên lửa

HƯỚNG DẪN:
a) Vỏ khoai tây. Cà rốt và bí xanh rửa sạch. Xay nhuyễn mọi thứ rồi trộn với bột đậu xanh, nêm muối và hạt nhục đậu khấu mới xay.
b) Đun nóng dầu ô liu trong chảo và cho hỗn hợp khoai tây vào từng phần.
c) Ấn nhẹ và chiên trên lửa vừa từ mỗi mặt trong khoảng 6 phút.
d) Trong khi đó, rửa chanh nóng, lau khô và cắt thành lát. Rửa tên lửa và vắt khô.
e) Xếp đệm vào 4 đĩa và trang trí bằng tên lửa. Cắt chanh là đủ.

59. Bánh gà với thịt gà

Làm: 5 phần ăn

THÀNH PHẦN:
- 1 miếng gà nguyên con
- 3 củ khoai tây lớn (hoặc khoai lang)
- 2 củ hành
- 4 tép tỏi
- ½ chén nước sốt cà chua
- 1 chén chuối xanh nấu chín xay nhuyễn
- 1 muỗng canh mỡ lợn
- 1 cốc sữa
- Muối, tiêu đen và ớt cayenne, ớt bột, nhục đậu khấu, thì là, cà ri

HƯỚNG DẪN:
a) Đầu tiên, luộc ức gà trong nước. Chuẩn bị cho vào nồi áp suất và để khoảng 20 phút kể từ khi nồi sôi.

b) Luộc gà, sơ chế khoai tây vào nước để xay nhuyễn.

c) Làm khoai tây nghiền với bơ và thêm sữa để tạo độ đặc mà bạn thích. Nêm muối, hạt tiêu đen và hạt nhục đậu khấu.

d) Bây giờ gà đã nguội, bạn có thể nghiền nát mọi thứ nhỏ xíu.

e) Trong chảo xào hành tây với lượng dầu tối thiểu. Thêm tỏi, nước sốt cà chua và thịt gà. Trộn đều, nếu môi trường này khô thì thêm một ít nước. Đi đặt các gia vị: muối, hạt tiêu đen, ớt cayenne, thì là, cà ri. Hãy thử xem nó có phù hợp với sở thích của bạn không.

f) Nếu bạn đã thích thì nó thật tuyệt. Nhưng nếu bạn muốn có độ sánh mịn hơn thì chuối xanh xay nhuyễn là lý tưởng nhất, nếu không thì có thể dùng sữa với bột ngô.

g) Để hoàn thành món ăn, đặt gà xào xuống và đặt khoai tây nghiền lên trên. Cho vào lò nướng ở nhiệt độ dưới 180°C trong 20 phút.

60. Gà tráng đậu nành

THÀNH PHẦN:
- Dầu thực vật
- Muối Kosher và hạt tiêu đen mới xay
- 1 1/2 pound đùi gà không xương không da hoặc ức gà
- 1 thìa tỏi băm
- 1 muỗng canh gừng tươi băm nhỏ
- 3 muỗng canh tamari hoặc nước tương nhẹ/ít natri
- 4 thìa giấm gạo không nêm hoặc 2 thìa giấm đen và 2 thìa giấm gạo (xem Lưu ý)
- 2 muỗng canh đường nâu (ưu tiên đường đen)
- Hạt mè rang và/hoặc hành lá thái mỏng để trang trí

HƯỚNG DẪN:
a) Bắt đầu bằng cách vỗ nhẹ cho gà khô bằng khăn giấy đặt trên đĩa. Nêm cả hai mặt miếng thịt gà với muối kosher và hạt tiêu đen mới xay.

b) Đun nóng chảo rán lớn trên lửa vừa cao. Thêm một vài thìa dầu thực vật và đun nóng. Khi dầu nóng, cho các miếng thịt gà vào và chiên vàng đều hai mặt. Tổng cộng việc này sẽ mất khoảng 8 đến 10 phút. Lưu ý rằng gà sẽ không chín hoàn toàn ở giai đoạn này và điều đó hoàn toàn bình thường. Chuyển phần gà đã chín vàng trở lại đĩa để nghỉ ngơi.

c) Nếu cần, thêm dầu vào chảo. Sau đó, cho tỏi và gừng băm vào, vừa nấu vừa khuấy khoảng 1 phút cho đến khi có mùi thơm.

d) Thêm tamari (hoặc nước tương nhẹ/ít natri), giấm gạo và đường nâu vào chảo. Khuấy đều để loại bỏ những phần màu nâu còn sót lại dưới đáy chảo. Để nguyên liệu nước sốt sôi liu riu, mất khoảng 1 phút.

e) Cho phần gà còn lại vào chảo và nấu trong nước sốt, đảo một hoặc hai lần cho đến khi gà chín hoàn toàn. Việc này sẽ mất thêm khoảng 5 phút nữa. Khi gà chín, nước sốt sẽ giảm dần và trở nên hơi sệt.

f) Chuyển gà đã nấu chín vào đĩa phục vụ và đổ phần nước sốt còn lại trong chảo lên trên.

g) Để hoàn tất, rắc lên món ăn một ít mè rang và/hoặc hành lá thái mỏng.

h) Phục vụ món gà phủ đậu nành ngay lập tức, và để thêm phần thú vị, hãy cân nhắc thêm một miếng ớt giòn để có sự cân bằng hoàn hảo giữa hương vị.

61. Bí ngòi Spaghetti với rau viên

Tạo ra: 4

THÀNH PHẦN
ĐỐI VỚI THỊT VIÊN:
- 1 cốc đậu lăng
- 1 muỗng canh dầu ô liu nguyên chất + nhiều hơn để rưới
- ½ củ hành đỏ xắt nhỏ
- 1 củ cà rốt cắt nhỏ
- 1 cọng cần tây cắt nhỏ
- 1 tép tỏi băm
- ½ muỗng cà phê húng tây khô
- Muối và hạt tiêu cho vừa ăn
- 1 nhúm ớt đỏ
- 1,5 muỗng canh bột cà chua
- 4 ounce nấm nút thái lát
- 1 quả trứng + 1 lòng trắng trứng
- ¼ chén phô mai Parmesan bào + thêm để trang trí
- ¼ chén mùi tây tươi xắt nhỏ
- 2 muỗng canh quả óc chó thái nhỏ
- Đối với vụn bánh mì thì khoảng ¼ cốc:
- 4 thìa bột hạnh nhân
- 2 muỗng canh nước
- Đối với mì ống:
- 4 quả bí xanh vừa
- 1,5 cốc nước sốt cà chua đóng hộp yêu thích Tôi thích sốt húng quế cà chua Rao's

HƯỚNG DẪN
a) Cho đậu lăng và 4 cốc nước vào nồi kho vừa và đun sôi ở nhiệt độ cao.

b) Giảm nhiệt xuống thấp và đun nhỏ lửa cho đến khi đậu lăng mềm nhưng không bị nát, khoảng 20 phút. Xả đậu lăng và để nguội.

c) Trong khi đó, thêm dầu ô liu vào chảo lớn và nấu hành tây, cà rốt, cần tây, tỏi, húng tây và nêm muối và hạt tiêu trên lửa vừa cao, khuấy thường xuyên trong khoảng 7 phút cho đến khi rau mềm và vừa mới bắt đầu. chuyển sang màu nâu.

d) Thêm bột cà chua vào và tiếp tục nấu, khuấy liên tục trong 3 phút.

e) Thêm nấm vào và nấu, khuấy thường xuyên trong 15 phút nữa hoặc cho đến khi ngấm hết chất lỏng.

f) Chuyển hỗn hợp vào tô lớn và để nguội đến nhiệt độ phòng. Khi nguội, thêm đậu lăng vào hỗn hợp rau.

g) Trong một tô trộn nhỏ, cho bột hạnh nhân và nước vào rồi dùng tay xoa bóp cho đến khi thành bột.

h) Đặt chảo vừa trên lửa vừa cao và sau khi đun nóng, cho bột vào, dùng ngón tay vò thành từng miếng. Chia bột bằng thìa gỗ hoặc thìa và nướng cho đến khi giống như vụn bánh mì. Để qua một bên.

i) Thêm trứng, Parmesan, vụn bánh mì đã chuẩn bị, mùi tây và quả óc chó vào rau và đậu lăng đã nguội rồi trộn bằng tay cho đến khi hòa quyện hoàn toàn.

j) Đặt trong tủ lạnh trong 25 phút. Làm nóng lò ở nhiệt độ 400 độ.

k) Rưới dầu ô liu vào khay nướng và dùng tay phết đều toàn bộ bề mặt. Để qua một bên.

l) Lăn hỗn hợp thành những viên thịt tròn có kích thước bằng quả bóng gôn (khoảng 1 $\frac{1}{2}$ inch), đảm bảo gói hỗn hợp rau củ thật chắc chắn. Đặt các quả bóng vào đĩa nướng đã chuẩn bị sẵn theo hàng.

m) Nướng thịt viên trong 30 phút hoặc cho đến khi thịt viên chắc và chín đều. Để thịt viên nguội trong 5 phút trong đĩa nướng trước khi dùng.

n) Trong khi đó, dùng Blade D xoắn bí xanh và cắt sợi mì. Để qua một bên.

o) Mười phút trước khi nướng xong thịt viên, đặt một cái chảo lớn lên lửa vừa và sau khi đun nóng, cho một nửa số mì bí xanh vào. Nấu trong 3 phút hoặc cho đến khi chín theo sở thích của bạn. Đặt sang một tô trộn lớn rồi nấu phần mì bí ngòi còn lại.

p) Trong khi đó, đặt một nồi vừa trên lửa vừa cao và thêm nước sốt cà chua vào. Nấu cho nóng lên, khoảng 5 phút. Đặt ở mức lửa nhỏ cho đến khi sẵn sàng sử dụng.

q) Sau khi mì bí xanh, nước sốt và thịt viên đã chín, hãy chuẩn bị bát của bạn. Chia bí ngòi thành 4 bát, rưới lượng nước sốt bằng nhau lên trên rồi cho 3 viên thịt vào mỗi bát. Phủ phô mai parmesan lên trên.

62. Lasagna rau củ nhe

THÀNH PHẦN:

- 1 gói tấm lasagna nấu sẵn
- 3 củ cà rốt
- 1 quả bí xanh
- 1 quả cà tím
- 200 g nấm
- 200 g rau chân vịt
- 100 g phô mai bào
- Dầu ô liu và muối
- 200 g cà chua chiên
- 400ml sữa gầy
- 30 g bột mì

HƯỚNG DẪN:

a) Chuẩn bị béchamel. Đun nóng 2 thìa dầu, cho 30 g bột mì vào rồi vớt ra.

b) Đổ sữa gầy vào từng sợi, khuấy đều cho đến khi đặc lại rồi nêm gia vị.

c) Nấu rau bina. Rửa rau bina và hấp chúng trong vài phút. Trộn chúng với một phần béchamel và dự trữ chúng.

d) Xào rau, rửa sạch cà rốt, bí xanh, cà tím và nấm.

e) Chiên 2 cái đầu tiên bằng một sợi dầu. Sau đó, cho cà tím và nấm vào xào khoảng 6 phút, nêm nếm vừa ăn rồi trộn mọi thứ với sốt cà chua chiên.

f) Lắp ráp lasagna – Nấu mì ống theo hướng dẫn trên bao bì. Trên lớp rau bina với béchamel, tập hợp các lớp mì ống và rau lasagna xen kẽ với nước sốt cà chua.

g) Phủ béchamel còn lại lên, rắc phô mai và nấu khoảng 20 phút trong lò đã làm nóng trước ở 170°.

63. Lasagna với bí xanh

THÀNH PHẦN:
- 2 muỗng canh dầu ô liu
- 2 quả bí lớn
- 300 g thịt bò xay
- 2 củ hẹ hoặc 1 củ hành đỏ
- 400ml cà chua xay
- 70ml cà chua xay nhuyễn
- phô mai xay bằng tay
- 9 miếng lasagna tươi hoặc nấu sẵn
- Muối và tiêu
- 1 thìa cà phê lá oregano
- 1 thìa cà phê húng tây

HƯỚNG DẪN:
a) Làm nóng lò ở 200 độ. Rửa và cắt lát bí xanh. Đun nóng dầu ô liu trong chảo (nướng) và chiên các lát bí xanh. Nêm với muối và hạt tiêu. Cắt nhỏ hẹ rồi chiên trong chảo với bơ.

b) Thêm thịt băm và chiên trong 5 phút cho đến khi vàng nâu. Thêm cà chua xay nhuyễn và nêm hạt tiêu, muối, húng tây và lá oregano. Sau đó thêm cà chua đã sàng vào. Để nó sôi cùng nhau trên lửa nhỏ trong 10 phút. Bôi mỡ vào đĩa nướng hoặc chảo nướng và tạo từng lớp hỗn hợp thịt băm, tấm lasagne và bí xanh.

c) Kết thúc với một lớp thịt băm bên trên là những lát bí xanh. Rắc phô mai bào.

d) Nướng lasagna bí ngòi trong lò đã làm nóng trong 35 phút cho đến khi có màu vàng nâu.

64. Gà thợ săn

Tạo ra: 4

THÀNH PHẦN
- Phi lê ức gà gói 650g
- 12 miếng thịt xông khói dạng sọc hun khói
- 250ml nước sốt thịt nướng
- 2 gói x 240g phô mai mozzarella ít béo
- 2 thìa Parmesan bào
- khoai tây chiên và đậu Hà Lan nấu chín để phục vụ

HƯỚNG DẪN:

a) Làm nóng lò ở mức gas 6, 200°C, quạt 180°C. Ướp ức gà, đặt lên thớt và quấn 3 lát thịt xông khói quanh mỗi miếng phi lê, chồng lên nhau một chút và đảm bảo hai đầu thịt xông khói nằm dưới miếng thịt gà để chúng không bị bong ra.

b) Chuyển gà vào đĩa nướng và nướng trong 25-30 phút cho đến khi thịt xông khói giòn và gà chín. Đổ nước sốt thịt nướng lên trên và xé phô mai mozzarella.

c) Rắc Parmesan nếu dùng, sau đó nướng trong 5-8 phút cho đến khi vàng và sủi bọt. Ăn kèm khoai tây chiên và đậu Hà Lan, nếu bạn thích, cùng với nước sốt thịt nướng từ món ăn rưới lên.

65. Ức vịt mân mirabelle

Làm: 4 phần ăn

THÀNH PHẦN:
- 2 ức vịt
- 300 g mận
- 1 thìa cà phê thịt gà, cà phê xay
- 3 ounce rượu mận
- 50 g bơ lạnh
- Muối và hạt tiêu từ nhà máy

HƯỚNG DẪN:
a) Để Mirabelle rã đông ở nhiệt độ phòng.
b) Loại bỏ một ít mỡ ở hai bên ngực. Cắt da thành từng miếng chéo, dùng dao sắc.
c) Cho mặt da của chúng vào chảo nóng, không thêm mỡ. Nấu trong 6 phút ở nhiệt độ cao.
d) Lật chúng lại và đun nhỏ lửa trong 4 phút. Để chúng nằm trên một tấm phủ giấy nhôm.
e) Đổ hết dầu mỡ ra khỏi chảo mà không cần lau. Cho mận vào và nấu trong 2 đến 3 phút trong khi khuấy. Lấy chúng ra khỏi chảo rán và giữ ấm. Thay thế bằng phần đáy của gia cầm được pha loãng trong nước và rượu mạnh. Đun sôi bằng cách dùng thìa gỗ gọt bỏ phần nước nấu. Khuấy từng miếng bơ nhỏ trong khi đánh.
f) Cắt ức vịt. Khuấy nước ép trong nước sốt. Pha trộn.
g) Xếp những lát vịt phi lê lên đĩa, rưới nước sốt và thêm mận vào.
h) Phục vụ ngay lập tức.

66. Gà bông cải xanh sốt yuzu

Làm: 4 phần ăn

THÀNH PHẦN:
- 600g ức gà
- 800 g bông cải xanh
- Muối
- 1 yuzu
- 2 tép tỏi
- 3 nhánh mùi tây
- 2 thìa dầu mè
- Hạt tiêu

HƯỚNG DẪN:
a) Rửa ức gà dưới nước lạnh, lau khô và cắt thành dải.
b) Bông cải xanh rửa sạch, cắt thành từng miếng nhỏ rồi đun trong nước sôi có chút muối khoảng 5 phút.
c) Rửa sạch Yuzu còn nóng, lau khô, gọt vỏ và ép lấy nước. Bóc vỏ tỏi và thái nhỏ.
d) Rau mùi tây rửa sạch, để ráo rồi thái nhỏ.
e) Đun nóng dầu mè trong chảo rồi nướng các dải gà tây trong 2-3 phút cho đến khi có màu vàng nâu, nêm muối và tiêu.
f) Thêm nước ép yuzu và một ít nước nếu cần, đồng thời thêm bông cải xanh, vỏ chanh và tỏi.
g) Để lửa nhỏ, thêm rau mùi tây và nêm nếm cho vừa ăn.

67. Gà tây Tarragon với măng cụt và lúa hoang

Làm: 1 khẩu phần

THÀNH PHẦN:
- 20 g hỗn hợp gạo dại
- Muối
- Hạt tiêu
- 40 g đậu đường
- 1 miếng schnitzel gà tây (khoảng 150 g)
- 1 tép tỏi nhỏ
- 4 cọng ngải giấm
- 1 thìa nước cốt chanh
- 1 muỗng canh dầu
- Quả mọng màu hồng để trang trí

HƯỚNG DẪN:
a) Chuẩn bị gạo trong nước sôi có muối theo hướng dẫn trên bao bì.
b) Rửa và làm sạch mangetout.
c) Rửa sạch thịt và lau khô.
d) Bóc vỏ tỏi và băm nhuyễn.
e) Rau ngải giấm rửa sạch, phơi khô rồi thái nhỏ.
f) Khuấy tỏi và ngải giấm với nước cốt chanh - nêm muối và hạt tiêu.
g) Lật thịt trong nước ướp. Đun nóng dầu trong chảo nhỏ. Chiên thịt mỗi mặt khoảng 2 phút trên lửa vừa, giữ ấm.
h) Biến Mangetout thành mỡ chiên. Khử men bằng 75 ml nước. Đun nhỏ lửa khoảng 5 phút, nêm muối và hạt tiêu.
i) Xả gạo.
j) Xếp gà tây với măng cụt và cơm vào đĩa và trang trí với hạt tiêu hồng.

SALAD VÀ MÓN MẶT

68. Cá hồi hun khói nhồi salad kiểu Nga

THÀNH PHẦN:
- 300 g cá hồi hun khói
- 2 hoặc 3 củ khoai tây
- 2 củ cà rốt
- 100 g đậu Hà Lan đông lạnh
- 100 g đậu xanh
- 3 quả trứng
- 200 ml dầu ô liu mềm
- ½ quả chanh
- Muối và tiêu
- 8 lá xà lách romaine
- Lá thơm

HƯỚNG DẪN:
a) Nấu rau từ món salad. Gọt vỏ cà rốt và khoai tây, rửa sạch và cắt thành khối. Rửa sạch, xay nhuyễn đậu xanh.

b) Luộc cà rốt trong nhiều nước muối trong 15 phút. Thêm khoai tây và nấu thêm 7 phút nữa.

c) Thêm đậu xanh vào rồi tiếp tục nấu thêm 3 phút nữa. Cuối cùng, thêm đậu Hà Lan, nấu thêm 5 phút và để ráo hết rau.

d) Luộc trứng và làm sốt mayonnaise. Một mặt, nấu 2 quả trứng trong nước muối trong 10 phút. Làm mới chúng, gọt vỏ và cắt nhỏ. Mặt khác, đánh quả trứng còn lại với nước cốt của nửa quả chanh, muối và hạt tiêu, sau đó thêm dầu vào sợi và đánh cho đến khi thu được sốt mayonnaise đặc.

e) Làm salad và nhồi cá hồi. Đầu tiên, trộn rau đã nấu chín và trứng luộc cắt nhỏ với sốt mayonnaise. Và khuấy đều cho đến khi chúng hòa quyện vào nhau. Sau đó, rải salad vào các lát cá hồi và cuộn chúng lại.

f) Bày đĩa ra và phục vụ. Cuối cùng rửa sạch và để ráo xà lách. Cắt nó thành sợi dài và chia thành 4 đĩa. Xếp các cuộn bánh lên trên và dùng kèm với hẹ cắt nhỏ.

69. Salad với măng tây và phô mai

THÀNH PHẦN:
- 2 bó măng tây xanh
- 150 g cà chua bi
- 100 g phô mai
- 30 g quả óc chó bóc vỏ
- 30 g ngô nướng
- 20g hạt hướng dương đã bóc vỏ
- 2 muỗng canh giấm
- 4 muỗng canh dầu ô liu
- Tiêu và muối

HƯỚNG DẪN:
a) Làm sạch măng tây. Đầu tiên, rửa sạch măng tây dưới dòng nước lạnh, loại bỏ phần cứng nhất của thân rồi cắt thành từng miếng có cùng kích thước.

b) Cho nước vào đun sôi và nấu. Trong khi chuẩn bị măng tây, hãy đun sôi nhiều nước muối trong nồi, thêm măng tây vào và nấu trong 10 phút cho đến khi măng tây mềm nhưng nguyên vẹn.

c) Làm gián đoạn quá trình nấu ăn. Khi chúng đã ở mức d1, hãy lấy chúng ra bằng một chiếc thìa có rãnh và ngâm chúng trong bát nước đá một lúc để ngừng nấu. Bằng cách này, chúng sẽ duy trì được màu xanh đậm của mình. Sau đó, xả chúng một lần nữa để loại bỏ hết nước.

d) Chuẩn bị phần còn lại của các thành phần. Rửa cà chua, lau khô bằng giấy thấm và cắt làm đôi. Xả phô mai và nghiền nát nó. Và cắt hạt thành từng miếng nhỏ.

e) Làm nước sốt. Sắp xếp giấm vào một cái bát. Thêm một chút muối và một hạt tiêu khác, rồi đổ dầu vào, từng chút một, tiếp tục đánh bằng nĩa cho đến khi thu được một loại dầu giấm được nhũ hóa tốt.

f) Chia măng tây vào 4 bát. Thêm cà chua, phô mai vụn và quả óc chó cắt nhỏ. Ăn mặc với dầu giấm trước đó.
g) Và trang trí với hạt hướng dương và ngô nướng.

70.Rau bina và xoài

Làm: 4 phần ăn

THÀNH PHẦN:
- 750 g lá rau bina non
- 2 củ hành lá
- 2 quả xoài chín
- 2 muỗng canh dầu mầm
- 1 miếng gừng
- 2 muỗng canh hạt hướng dương
- 20 g rau dền
- Muối
- ớt cayenne

HƯỚNG DẪN:
a) Xoay rau bina thật kỹ, vắt khô và làm sạch.
b) Gọt vỏ xoài. Cắt thịt ra khỏi st1 và cắt thành khối có kích thước khoảng 1 cm.
c) Đun nóng 1 thìa dầu trong nồi rồi cho hành lá vào xào khoảng 5 phút trên lửa vừa. Thêm rau bina và nấu chín; Đun nhỏ lửa trong 5 phút.

d) Thêm các khối xoài, gừng và nước gừng vào rau chân vịt rồi đậy nắp, đun trên lửa vừa trong khoảng 3 phút.
e) Đun nóng phần dầu còn lại trong chảo chống dính. Rang hạt hướng dương ở lửa nhỏ trong 3-4 phút, thêm rau dền vào và đun nóng trong thời gian ngắn.
f) Nêm rau muống, xoài với muối rồi xếp ra đĩa. Nêm hạt hướng dương rang và rau dền với ớt cayenne rồi rắc rau.

71. mầm kê xa lát

THÀNH PHẦN:
- ⅓ Chén kê giá
- ½ chén đậu phộng luộc/đậu gà đóng hộp
- 1 quả ớt xanh
- 1 thìa cà phê Gừng nạo
- 1 muỗng canh hành tây xắt nhỏ
- 1,5 thìa cà chua xắt nhỏ
- 3 thìa ớt chuông thái nhỏ
- ½ cốc cà rốt cắt nhỏ
- Nước chanh
- 1 muỗng canh rau mùi cắt nhỏ
- ¼ thìa cà phê Muối đen
- ½ thìa cà phê muối nêm

HƯỚNG DẪN
a) Trong tô trộn thêm đậu phộng luộc và để nguội.
b) Thêm phần còn lại của rau đã chuẩn bị.
c) Thêm muối, lá rau mùi và vắt nước cốt chanh tươi lên trên.
d) Cuối cùng thêm mầm kê vào trộn đều và dùng ngay.

72. Salad đậu đỏ với guacamole

Làm: 4 phần ăn

THÀNH PHẦN:
- 1 quả cà chua (vừa)
- 1 củ hành tây (nửa củ hành tím)
- 1 quả ớt đỏ (vừa)
- 1 nhúm hạt tiêu
- 1 quả chanh
- 1 nhúm muối
- 1 quả ớt xanh
- 250 gram đậu azuki, đã nấu chín
- 1 muỗng canh dầu ô liu nguyên chất
- 1 quả bơ tươi
- 1 cốc ngô ngọt nhỏ trong lon

HƯỚNG DẪN:
a) Chuẩn bị món salad bằng cách trộn tất cả các nguyên liệu đã cắt nhỏ với đậu đã rửa sạch và để ráo nước trước đó.

b) Đổ nước chanh và dầu và nêm muối và hạt tiêu.

c) Phục vụ món salad với guacamole và bánh mì nướng với bánh mì nướng.

73. Salad đậu xanh vàng với hành đỏ

Làm: 4 phần ăn

THÀNH PHẦN:
- 3 chén đậu trộn, cắt thành 3 phần
- 2 củ hành đỏ nhỏ
- 5-6 thìa giấm balsamic
- 1 thìa đường
- 3 muỗng canh dầu ô liu
- Muối
- Hạt tiêu
- Quả mọng đỏ

HƯỚNG DẪN:
a) Làm sạch và rửa đậu.
b) Luộc đậu trong nước sôi khoảng 5-7 phút.
c) Xả và chiên nguội.
d) Gọt vỏ hành tây, cắt đôi và cắt thành lát mỏng.
e) Trộn giấm và đường. Rưới dầu thành dòng mỏng - nêm muối và hạt tiêu.
f) Thêm hành tây và khuấy đều.
g) Trộn dầu giấm với đậu.
h) Đậy nắp và để nguội trong khoảng 1 giờ.
i) Nêm salad một lần nữa với muối, hạt tiêu và giấm.
j) Bày ra đĩa và rắc quả mọng đỏ.

74. Rocket với xoài, bơ và cà chua bi

Làm: 4 phần ăn

THÀNH PHẦN
- 3 nắm rocket/arugula
- 7 ounce cà chua bi
- 1 quả xoài chín
- 2 quả bơ chín

CHO DỪA DỪA
- 1 muỗng canh nước cốt chanh
- 2 muỗng canh giấm
- 2 muỗng canh dầu thực vật
- 2 muỗng canh dầu ô liu
- 1 thìa cà phê mật ong
- 1 muỗng cà phê mù tạt nóng vừa
- muối
- ớt tươi xay

HƯỚNG DẪN:
a) Đối với dầu giấm, trộn nước cốt chanh với giấm và hai loại dầu.
b) Thêm mật ong và mù tạt, đánh đều và nêm muối và hạt tiêu cho vừa ăn.
c) Rửa sạch và lau khô arugula. Rửa sạch và cắt đôi quả cà chua. Gọt vỏ xoài, loại bỏ hạt khỏi đá và thái hạt lựu mịn.
d) Cắt đôi quả bơ và loại bỏ hạt. Loại bỏ trái cây khỏi vỏ và cắt thành khối.
e) Trộn tất cả các nguyên liệu salad đã chuẩn bị vào một cái bát. Rưới nước sốt lên và thưởng thức.

75. Salad cà tím với rau bina nướng

Tạo ra: 4

THÀNH PHẦN:
- 1 miếng cà tím thái lát mỏng
- $\frac{1}{8}$ chén lá bạc hà thôi
- $\frac{1}{2}$ bó lá mùi tây thôi
- 1 thìa lá oregano
- $\frac{1}{4}$ cốc cà chua khử nước cắt làm ba
- 4 chén rau chân vịt tươi
- 2 tép tỏi, thái nhỏ để làm nước sốt
- 1 muỗng canh tahini để làm nước sốt
- $\frac{1}{2}$ muỗng canh ớt bột để làm nước sốt
- 1 miếng nước cốt chanh để làm nước sốt
- 1 muỗng canh dầu ô liu để trộn
- 1 chút muối để làm nước sốt
- $\frac{1}{4}$ chén phô mai feta vụn

HƯỚNG DẪN:
a) Làm nóng vỉ nướng ở nhiệt độ cao; Nướng cà tím cho đến khi hình thành các vết nướng cổ điển. Xóa và dự trữ

b) Trong một bát trộn cà tím với lá bạc hà, rau mùi tây, lá oregano, cà chua khử nước và rau bina.

c) Trong một cái bát, trộn tỏi, tahini, ớt bột, chanh và dầu ô liu bằng máy đánh trứng và nêm gia vị theo ý thích của bạn.

d) Trộn salad với nước sốt và rắc phô mai feta theo ý thích của bạn.

76. Xà lách khoai tây

Làm: 4 phần ăn

THÀNH PHẦN:
- 1 kg khoai tây xanh
- 200 g củ cải đường
- Muối
- Hạt tiêu
- 2 bó hành lá
- 250 g kem chua
- 5 muỗng canh giấm rượu trắng
- 2 bó củ cải
- $\frac{1}{4}$ giường cải xoong
- $\frac{1}{4}$ củ cải đường

HƯỚNG DẪN:
a) Rửa kỹ khoai tây và củ cải rồi nấu trong nhiều nước muối khoảng 15 phút.
b) Hành lá rửa sạch, cắt thành từng sợi mỏng.
c) Cho hành lá vào nước đá để hành cuộn lại.
d) Trộn kem chua và giấm - nêm muối và hạt tiêu.
e) Khoai tây để ráo nước, bỏ vỏ, gọt vỏ và thái hạt lựu.
f) Rửa củ cải bằng nước lạnh, gọt vỏ và cắt thành lát mỏng.
g) Củ cải rửa thật sạch, thái làm tư.
h) Trộn khoai tây, củ cải đường, hành lá và củ cải với nước sốt.
i) Sắp xếp vào bát. Rắc cải xoong.

77.Salad cà chua với khối bơ

Làm: 4 phần ăn

THÀNH PHẦN:
- 750 g mỗi quả cà chua xanh và đỏ, thái lát
- tên lửa 100 g
- 2 củ hành đỏ, thái lát
- 2 quả bơ chín, cắt đôi và thái lát
- 2 thìa nước cốt chanh
- 3 muỗng canh hạt hướng dương
- 4 muỗng canh giấm balsamic
- 1 thìa cà phê đường
- 4 muỗng canh dầu ô liu
- Muối
- Hạt tiêu

HƯỚNG DẪN:
a) Gọt vỏ và cắt đôi quả bơ. Rưới bột giấy với nước cốt chanh.
b) Để rang hạt hướng dương trên chảo không có mỡ thì lấy ra.
c) Trộn giấm và đường.
d) Rưới dầu thành dòng mỏng.
e) Nêm với muối và hạt tiêu.
f) Trộn cà chua, hành tây, ravioli và bơ với dầu giấm.
g) Xếp salad ra đĩa và rắc hạt hướng dương.

Súp và món hầm

78. Đậu lăng hầm nhe

THÀNH PHẦN:
- 250 g đậu lăng nâu
- 1 quả bí xanh
- 2 củ cà rốt
- 1 củ hành tây
- 1 tép tỏi
- 1 lá nguyệt quế
- 2 quả cà chua cành nhỏ
- 1 miếng gừng
- 3 muỗng cà phê dầu ô liu
- 2 nhánh rau mùi hoặc rau mùi tây
- Muối và tiêu

HƯỚNG DẪN:
a) Chuẩn bị rau. Đầu tiên, bóc vỏ hành, tỏi rồi băm nhỏ. Sau đó, gọt vỏ gừng và thái nhỏ. Và cuối cùng, gọt vỏ cà rốt, rửa sạch bí xanh, loại bỏ và cắt thành khối vuông.

b) Xào rau. Đun nóng 2 thìa cà phê dầu trong nồi, cho nửa củ hành và tỏi vào xào khoảng 3 hoặc 4 phút. Sau đó thêm gừng, lá nguyệt quế, cà rốt và bí xanh vào xào một chút.

c) Nấu đậu lăng. Sau khi xào rau, thêm đậu lăng. Đổ $\frac{3}{4}$ lít (750 ml) nước vào đun trên lửa nhỏ trong 45 phút cho đến khi đậu lăng mềm và để dành.

LẮP RÁP TẤM

d) Cuối cùng, rửa cà chua và cắt nhỏ. Trộn chúng với phần hành và tỏi còn lại, nêm muối, tiêu và lượng dầu còn lại. Chia đậu lăng thành 4 bát hoặc bát, thêm cà chua băm và một ít lá rau mùi hoặc rau mùi tây vào.

e) Và nếu bạn muốn một phiên bản tươi ngon và cực nhanh, thay vì hầm đậu lăng, bạn có thể mua chúng đã nấu chín và làm món salad.

f) Bạn phải xào rau một chút, nhưng không quá nhiều để chúng vẫn ngon. Và trộn chúng với đậu lăng đã nấu chín và để ráo nước, và cà chua băm.

79. Súp rau và quinoa

Làm: 2 phần ăn

THÀNH PHẦN:
- 1 quả bí lớn
- 2 củ cà rốt vừa;
- ½ mandioquinha
- 4 bông hoa súp lơ
- ½ quả cà chua
- 4 ly nước
- 1 củ hành tây
- 3 thìa quinoa
- Dầu ô liu nguyên chất
- Muối

HƯỚNG DẪN:
a) Nấu mọi thứ trong nước và muối, bí xanh, cà rốt, mandioquinha, súp lơ, cà chua và hành tây.
b) Khi mọi thứ đã chín, đã đến lúc thêm quinoa đã trộn vào.
c) Tắt bếp, phết dầu ô liu lên phi lê và dùng ngay.

80. Súp giảm béo gà và đậu

Tạo ra: 8

THÀNH PHẦN:
- 200 g ức gà
- Muối
- 1 củ hành tây cắt nhỏ
- 1 muỗng cà phê dầu ô liu
- 2 tép tỏi, băm nhỏ
- 2 cốc cà chua bi cắt nhỏ
- 2 củ cà rốt xắt nhỏ
- 1 quả ớt xanh xắt nhỏ
- 1 quả ớt băm nhỏ
- 1 thìa ớt bột
- 1 ½ thìa cà phê thì là
- 1 thìa cà phê nghệ
- 1 thìa cà phê ớt bột
- ¼ thìa cà phê lá oregano khô
- 4 chén nước luộc gà ít natri
- 2 cốc ngô
- 500 g đậu đen rửa sạch để ráo nước
- 1 chén rau mùi tươi
- 1 cốc phô mai

HƯỚNG DẪN:
a) Nấu ức gà trong chảo chứa đầy nước trên lửa vừa cao trong 10 đến 15 phút; Xóa sạch nó.

b) Đổ dầu ô liu vào chảo lớn và đun nóng trên lửa vừa.

c) Thêm hành tây và tỏi vào khoảng 5 đến 8 phút hoặc cho đến khi hành tây trong suốt.

d) Cho cà chua, cà rốt, ớt và đánh đều vào máy xay hoặc máy xay thực phẩm trộn đều.

e) Cho gia vị và một thìa cà phê vào chảo ở bước 3. Cho thịt gà xé nhỏ, hỗn hợp ở bước 4, ngô, đậu và 2/4 chén ngò vào. Nếu bạn thấy súp quá đặc, hãy cho nước vào.

f) Nấu với chảo được đậy kín một phần trong 30 phút đến một giờ, cho đến khi ngô vẫn mềm.

g) Phục vụ món súp trang trí với phô mai và phần còn lại của rau mùi.

81. Khoai tây và nước dùng

Tạo ra: 6

THÀNH PHẦN
- 2 pound khoai tây mới
- 6 cốc nước
- 6 nước dùng thịt bò

HƯỚNG DẪN:
a) Thêm khoai tây vào nước sôi.
b) Thêm nước dùng và nấu ở mức thấp trong 1 giờ.

82. Súp súp lơ nghệ vàng

Tạo ra: 4

THÀNH PHẦN
- 3 tép tỏi, băm nhỏ
- 3 muỗng canh dầu hạt nho
- $\frac{1}{8}$ muỗng canh ớt đỏ nghiền nát
- 1 thìa nghệ
- $\frac{1}{4}$ cốc nước cốt dừa nguyên chất
- 6 chén hoa súp lơ
- 1 thìa bột thì là
- 1 củ hành tây hoặc thì là, băm nhỏ
- 3 chén nước luộc rau

HƯỚNG DẪN:
a) Kết hợp và nấu ở mức thấp trong 1 giờ.

83. Súp giải rượu trong nồi sành

Tạo ra: 6

THÀNH PHẦN
- dưa cải bắp đóng hộp 16 ounce; rửa sạch
- 2 lát thịt xông khói, nấu chín
- 4 chén nước luộc thịt bò
- ½ pound xúc xích Ba Lan; thái lát và nấu chín
- 1 củ hành tây; băm nhỏ
- 1 muỗng cà phê hạt caraway
- 2 quả cà chua; băm nhỏ
- 1 quả ớt chuông; băm nhỏ
- 2 cọng cần tây; cắt lát
- 2 thìa cà phê ớt bột
- 1 chén nấm, thái lát
- ½ cốc kem chua

HƯỚNG DẪN:
a) Kết hợp các thành phần trong một nồi sành.
b) Nấu trong 1 giờ ở mức thấp.

84. Súp khoai tây kiểu Đức

Tạo ra: 6

THÀNH PHẦN :
- 6 cốc nước
- 3 chén khoai tây gọt vỏ thái hạt lựu
- $1\frac{1}{4}$ chén cần tây thái lát
- $\frac{1}{2}$ muỗng cà phê muối
- $\frac{1}{2}$ chén hành tây, thái hạt lựu
- $\frac{1}{8}$ thìa cà phê tiêu

THỊT VIÊN THẢ:
- $\frac{1}{2}$ muỗng cà phê muối
- 1 quả trứng đánh
- ⅓ cốc nước
- 1 cốc bột mì đa dụng

HƯỚNG DẪN:
a) Trộn 6 nguyên liệu đầu tiên bằng Nồi Hầm và nấu ở nhiệt độ thấp trong khoảng 1 giờ cho đến khi chín mềm.
b) Lấy rau ra và nghiền nhuyễn

ĐỐI VỚI BÁNH:
c) Trộn bột mì, nước, muối và trứng.
d) Rắc lên súp nóng.
e) Nấu trong khoảng 15 phút.

MÓN TRÁNG MIỆNG

85. Bánh gia vị lộn ngược đại hoàng

THÀNH PHẦN:
ĐỐI VỚI TOPPING:
- 1 pound (450 gram) đại hoàng, đã cắt nhỏ
- 3/4 cốc (150 gam) đường cát
- Vỏ bào mịn từ nửa quả chanh
- 4 muỗng canh (2 ounce hoặc 55 gram) bơ không muối (lạnh là được)
- Hai nhúm muối

ĐỐI VỚI BÁNH:
- 6 thìa canh (85 gram) bơ không muối, làm mềm
- 2/3 cốc (125 gam) đường nâu nhạt hoặc nâu đậm
- 1/4 cốc (50 gam) đường cát
- 2 quả trứng lớn
- 1/2 muỗng cà phê chiết xuất vani
- 2 thìa cà phê bột nở
- 1/4 thìa cà phê muối biển mịn
- 1 muỗng cà phê quế xay
- 1/2 thìa cà phê gừng xay
- 1/8 thìa cà phê đinh hương xay
- Một vài hạt nhục đậu khấu tươi
- 1/2 cốc (120 ml) bơ sữa
- 1 1/2 cốc (195 gram) bột mì đa dụng

HƯỚNG DẪN:
a) Làm nóng lò nướng của bạn ở nhiệt độ 350°F (175°C).
CHUẨN BỊ BÊN TRÊN ĐẠI CƯƠNG:
b) Trong chảo chịu nhiệt 10 inch, cắt đại hoàng cho vừa với đáy theo một hướng, cắt một số miếng ngắn hơn và để lại một số miếng cao hơn.

c) Cắt từng thân cây đại hoàng theo chiều dọc thành những dải ruy băng mỏng (dày khoảng 1/4 inch). Nếu đại hoàng đã mỏng, bạn có thể cắt đôi từng miếng theo chiều dọc.

d) Rắc đường vào chảo và thêm vỏ chanh; dùng ngón tay trộn vỏ với đường.

e) Thêm bơ lạnh và một chút muối. Đun nóng chảo trên lửa vừa cho đến khi bơ tan chảy, khuấy thường xuyên.

f) Thêm đại hoàng thái lát vào và nấu, đảo nhẹ trong 3 đến 4 phút cho đến khi nó hơi mềm và tiết ra một ít chất lỏng. Lấy chảo ra khỏi lửa và đặt nó sang một bên.

LÀM BÁNH BÁNH GIA VỊ:

g) Trong một tô lớn, đánh bơ đã làm mềm và cả hai loại đường với nhau cho đến khi hỗn hợp trở nên nhẹ và mịn.

h) Thêm từng quả trứng vào, đánh cho đến khi chúng quyện đều. Sau đó trộn thêm chiết xuất vani vào.

i) Rắc hỗn hợp với bột nở, muối và tất cả các loại gia vị. Đánh đều để kết hợp kỹ lưỡng.

j) Đổ bơ sữa vào; hỗn hợp có thể trông như vón cục nhưng không sao.

k) Cạo xuống bát và thêm bột mì đa dụng. Đánh cho đến khi bột hòa quyện hoàn toàn.

LẮP RÁP BÁNH:

l) Kiểm tra phần đế đại hoàng để đảm bảo các miếng được sắp xếp theo ý muốn.

m) Đổ từng thìa bột bánh lên hỗn hợp đại hoàng và làm mịn phần trên nhất có thể. Hỗn hợp đại hoàng sẽ khá ướt nhưng đừng lo lắng; nó thậm chí sẽ chảy ra trong quá trình nướng.

n) Nướng bánh khoảng 35 phút hoặc cho đến khi dùng tăm đâm sâu vào bánh (không phải phần trên) rút ra mà không còn bột bánh dính vào.

o) Lấy chảo ra khỏi lò và để nguội trong 5 phút.

p) Chạy dao quanh các cạnh để nới lỏng bánh.

q) Đặt một chiếc đĩa lớn hơn lộn ngược lên trên chảo và dùng găng tay lò nướng để lật bánh lên đĩa. Nếu đại hoàng dính vào chảo hoặc trượt xuống thành bánh, bạn chỉ cần đặt nó trở lại mặt trên của bánh.

r) Phục vụ Bánh gia vị lộn ngược đại hoàng ở dạng ấm hoặc ở nhiệt độ phòng.

s) Bánh này có thể bảo quản được vài ngày ở nhiệt độ phòng hoặc tối đa một tuần trong tủ lạnh.

86. Bánh phô mai New York

THÀNH PHẦN:

Vỏ vụn:

- 8 ounce (15 tờ) bánh quy hoặc bánh quy graham nghiền mịn
- 8 thìa canh (1 que hoặc 4 ounce) bơ không muối, tan chảy
- 1/2 chén đường
- 1/4 thìa cà phê muối

NHÂN CHEESECAKE RẤT CAO:

- 5 (8 ounce) gói phô mai kem, làm mềm
- 1 3/4 cốc đường
- 3 muỗng canh bột mì đa dụng
- 1 thìa cà phê vỏ chanh bào mịn
- 1 thìa cà phê vỏ cam bào mịn
- 5 quả trứng lớn
- 2 lòng đỏ trứng lớn
- 1/2 muỗng cà phê chiết xuất vani

TRÊN CHERRY:

- 10 ounce anh đào chua ngọt, bỏ hạt (tươi hoặc đông lạnh)
- 2 thìa nước cốt chanh
- 1/4 cup đường (gia giảm tùy khẩu vị)
- 1 muỗng canh bột bắp
- 1/2 cốc nước

HƯỚNG DẪN:

Vỏ vụn:

a) Khuấy đều các nguyên liệu làm vỏ bánh và ấn hỗn hợp xuống đáy và lên trên các mặt của chảo dạng lò xo 9 1/2 inch đã phết bơ. Để lại khoảng một inch so với vành trên.

b) Bạn có thể cho vỏ bánh vào tủ đông để đông trong khi chuẩn bị nhân.

NHÂN CHEESECAKE RẤT CAO:

c) Làm nóng lò ở nhiệt độ 550°F.

d) Đánh đều phô mai kem, đường, bột mì, vỏ chanh và vỏ cam bằng máy trộn điện cho đến khi mịn.

e) Thêm vani, sau đó cho trứng và lòng đỏ vào, đánh ở tốc độ thấp cho đến khi từng thành phần hòa quyện hoàn toàn. Cạo bát xuống giữa các lần bổ sung.

f) Đặt chảo dạng lò xo có lớp vỏ vào trong chảo nướng nông để hứng những giọt nước nhỏ giọt. Đổ nhân vào vỏ bánh (chảo sẽ đầy hoàn toàn).

g) Nướng ở giữa lò trong 12 phút hoặc cho đến khi phồng lên. Hãy để ý kỹ bánh vì một số lò nướng có thể làm mặt bánh chuyển sang màu nâu nhanh chóng.

h) Giảm nhiệt độ lò xuống 200°F và tiếp tục nướng cho đến khi bánh gần cứng lại. Phần trung tâm vẫn sẽ hơi chao đảo khi lắc nhẹ, mất khoảng một giờ nữa.

i) Chạy dao quanh mép trên của bánh để nới lỏng nó. Để bánh nguội hoàn toàn trong khuôn dạng lò xo trên giá, sau đó cho vào tủ lạnh ít nhất 6 giờ.

BÊN CHERRY (TÙY CHỌN):

j) Đặt tất cả các nguyên liệu làm lớp phủ anh đào vào một cái chảo vừa. Đun sôi và nấu thêm 1-2 phút. Tắt bếp và để nguội hoàn toàn.

k) Tháo mặt bên của khuôn lò xo và chuyển bánh pho mát sang đĩa. Nếu cần, hãy cắt phần trên cho phẳng.

l) Trải phần anh đào (nếu dùng) lên trên bánh pho mát đã ướp lạnh.

m) Công thức ban đầu gợi ý nên để bánh ở nhiệt độ phòng trước khi dùng, nhưng điều đó không cần thiết.

n) Bánh phô mai có thể được đậy kín và để lạnh trong tối đa 2 tuần.

87. Kem mâm xôi

THÀNH PHẦN:
- 500 gr quả mâm xôi rất chín
- 1 cốc kem nấu ăn
- 235 g đường

HƯỚNG DẪN:
a) Cho tất cả nguyên liệu vào máy xay cho đến khi đạt được kết cấu mong muốn, sau đó cho vào ngăn đá trong khuôn silicon.

b) Để nó trong ít nhất 30 phút.

88. Quả mâm xôi và sô cô la trắng cốc

THÀNH PHẦN:
- 200gr sô-cô-la trắng
- 1 cốc kem nấu ăn
- 500gr mứt mâm xôi

HƯỚNG DẪN:
a) Đun chảy sô-cô-la trắng trong nước bain-marie rồi thêm kem vào.
b) Đánh đều để bạn còn lại kết cấu của kem đánh bông.
c) Lần lượt xếp một lớp mứt mâm xôi rồi cho kem vào ly cho đến khi hết nguyên liệu.

89. Salad trái cây và kem dành cho người sành ăn

THÀNH PHẦN:
- 1 quả đào, thái nhỏ
- 1 muỗng kem hương vị mà bạn thích
- 3 quả dâu tây hoặc 5 quả mâm xôi, thái nhỏ

HƯỚNG DẪN:

a) Xếp các loại trái cây vào tô với viên kem ở giữa và dâu tây hoặc quả mâm xôi xung quanh.

90. chuối, Granola & Berry

Tạo ra: 2

THÀNH PHẦN:
- 1 muỗng canh đường bánh kẹo
- ¼ cốc granola ít béo
- 1 cốc dâu tây cắt lát
- 1 quả chuối
- Sữa chua Hy Lạp dứa không béo 12 ounce
- 2 thìa cà phê nước nóng
- 1 muỗng canh ca cao, không đường

HƯỚNG DẪN:
a) Xếp ⅓ cốc sữa chua, ¼ cốc dâu tây cắt lát, ¼ cốc chuối cắt lát và 1 thìa granola vào ly parfait.
b) Kết hợp ca cao, đường bánh kẹo và nước cho đến khi mịn.
c) Mưa phùn trên mỗi món parfait.

91. Việt quất & đào giòn

Tạo ra: 8

THÀNH PHẦN:
- 6 cốc đào tươi, gọt vỏ và thái lát
- 2 cốc quả việt quất tươi
- ⅓ cốc cộng với ¼ cốc đường nâu nhạt (để riêng)
- 2 thìa bột hạnh nhân
- 2 muỗng cà phê quế, chia
- 1 chén yến mạch nấu nhanh
- 3 muỗng canh bơ thực vật dầu ngô

HƯỚNG DẪN:
a) Làm nóng lò ở nhiệt độ 350 độ F.
b) Kết hợp quả việt quất Và đào trong một món nướng.
c) Trộn ⅓ cốc đường nâu, bột mì và 1 thìa cà phê quế.
d) Cho đào và việt quất vào trộn đều.
e) Trộn yến mạch, lượng đường nâu còn lại và lượng quế còn lại.
f) Cắt bơ thực vật cho đến khi vụn, sau đó rắc lên trái cây.
g) Nướng trong 25 phút.

92. Kem bí ngô không đường

Tạo ra: 6

THÀNH PHẦN:
- 15 ounce bột bí ngô tự làm
- $\frac{1}{2}$ cốc chà là, bỏ hạt và cắt nhỏ
- 2 lon (14 ounce) nước cốt dừa không đường
- $\frac{1}{2}$ muỗng cà phê chiết xuất vani hữu cơ
- $1\frac{1}{2}$ muỗng cà phê gia vị làm bánh bí ngô
- $\frac{1}{2}$ muỗng cà phê quế xay

HƯỚNG DẪN:
a) Trộn tất cả các thành phần cho đến khi mịn.
b) Đóng băng trong tối đa 2 giờ.
c) Đổ vào máy làm kem và chế biến.
d) Đóng băng thêm 2 giờ trước khi phục vụ.

93. Món tráng miệng trái cây đông lạnh

Tạo ra: 6

THÀNH PHẦN:
- lon nước cốt dừa 14 ounce
- 1 chén dứa đông lạnh, rã đông
- 4 cốc chuối đông lạnh, rã đông
- 2 thìa nước cốt chanh tươi
- chút muối

HƯỚNG DẪN:
a) Lót một đĩa thịt hầm thủy tinh bằng màng bọc thực phẩm.
b) Trộn tất cả các thành phần cho đến khi mịn.
c) Đổ đầy hỗn hợp vào đĩa thịt hầm đã chuẩn bị.
d) Trước khi phục vụ, đóng băng trong khoảng 40 phút.

94. Pudding bơ

Tạo ra: 4

THÀNH PHẦN:
- 2 cốc chuối, bóc vỏ và cắt nhỏ
- 2 quả bơ chín, gọt vỏ và cắt nhỏ
- 1 thìa cà phê vỏ chanh, bào mịn
- 1 thìa cà phê vỏ chanh, bào mịn
- ½ cốc nước cốt chanh tươi
- ⅓ cốc mật ong
- ¼ chén hạnh nhân, xắt nhỏ
- ½ cốc nước cốt chanh

HƯỚNG DẪN:
a) Trộn tất cả các thành phần cho đến khi mịn.
b) Đổ mousse vào 4 ly phục vụ.
c) Làm lạnh cho 2 người giờ trước khi phục vụ.
d) Trang trí với các loại hạt và phục vụ.

95. Soufflé dâu tây

Tạo ra: 6

THÀNH PHẦN:
- 18 ounce dâu tây tươi, gọt vỏ và xay nhuyễn
- ⅓ cốc mật ong nguyên chất
- 5 lòng trắng trứng hữu cơ
- 4 thìa nước cốt chanh tươi

HƯỚNG DẪN:
a) Làm nóng lò nướng của bạn ở nhiệt độ 350°F.
b) Trong một cái bát, trộn hỗn hợp dâu tây xay nhuyễn, 3 thìa mật ong, 2 loại protein và nước cốt chanh, rồi xay cho đến khi mịn và nhẹ.
c) Trong một bát khác, thêm các protein còn lại và đánh cho đến khi mịn.
d) Trộn vào mật ong còn lại.
e) Nhẹ nhàng khuấy protein vào hỗn hợp dâu tây.
f) Chuyển đều hỗn hợp vào 6 khuôn ramekin và đặt lên khay nướng.
g) Nấu trong khoảng 10-12 phút.
h) Lấy ra khỏi lò và phục vụ ngay.

96.Brownies bí ngòi cay

Tạo ra: 20

THÀNH PHẦN:
- 1½ chén bí xanh, bào sợi
- 1 cốc sô-cô-la đen
- 1 quả trứng
- 1 cốc bơ hạnh nhân
- ⅓ cốc mật ong nguyên chất
- 1 thìa cà phê bột nở
- 1 muỗng cà phê quế xay
- ½ muỗng cà phê hạt nhục đậu khấu
- 1 muỗng cà phê chiết xuất vani

HƯỚNG DẪN:
a) Làm nóng lò nướng của bạn ở nhiệt độ 350°F và chuẩn bị khay nướng.

b) Kết hợp tất cả các thành phần trong một tô và đổ hỗn hợp vào chảo đã chuẩn bị sẵn.

c) Nướng trong khoảng 40 phút.

d) Cắt thành hình vuông và phục vụ.

97.Bánh trong cốc

Tạo ra: 1

THÀNH PHẦN:
- 3 thìa bột hạnh nhân
- 1 quả chuối, nghiền nát
- ½ muỗng cà phê bột nở
- 1 thìa đường hoa dừa
- ½ muỗng cà phê quế xay
- Một nhúm gừng xay
- Chút muối
- 1 muỗng canh dầu hạnh nhân, làm mềm
- ½ muỗng cà phê chiết xuất vani hữu cơ

HƯỚNG DẪN:
a) Trong một đĩa trộn, kết hợp tất cả các thành phần và khuấy kỹ.
b) Chuyển sang cốc an toàn với lò vi sóng.
Bật lò vi sóng ở công suất cao trong khoảng 2 phút.

98. Kem chanh mâm xôi

Làm: 6 phần ăn

THÀNH PHẦN
- ½ cốc quả mâm xôi
- ¼ cốc kem nặng
- Nước ép ½ quả chanh
- 20 giọt Stevia lỏng
- ½ thìa cà phê Guar Gum
- ¼ chén dầu dừa
- 1 cốc nước cốt dừa
- ¼ cốc kem chua

HƯỚNG DẪN:
a) Xay nhuyễn tất cả nguyên liệu bằng máy xay ngâm.
b) Trộn cho đến khi quả mâm xôi được kết hợp hoàn toàn với các thành phần còn lại.
c) Lọc hỗn hợp, đảm bảo rằng tất cả hạt mâm xôi được loại bỏ.
d) Đổ đầy hỗn hợp vào khuôn.
e) Làm đông kem ít nhất 2 giờ trước khi dùng.
f) Để lấy kem ra khỏi khuôn, hãy ngâm chúng dưới nước nóng.

99. Bánh Muffin cà rốt

Làm: 24 phần ăn

THÀNH PHẦN:
- 2 ¼ chén yến mạch kiểu cũ
- 1 chén bột mì nguyên hạt
- ½ chén hạt lanh xay
- 2 thìa cà phê quế
- ½ muỗng cà phê hạt nhục đậu khấu
- ½ muỗng cà phê baking soda
- ½ muỗng cà phê muối
- 1 cốc nước sốt táo không đường
- ½ cốc mật ong hoặc xi-rô cây phong nguyên chất
- 1 trứng lớn
- 2 muỗng cà phê chiết xuất vani
- ¼ cốc bơ không muối, tan chảy
- 2 củ cà rốt vừa, nạo
- 1 quả táo lớn, nạo

HƯỚNG DẪN:
a) Làm nóng lò ở nhiệt độ 350 độ F.

b) Lót hai khay nướng bằng giấy da.

c) Kết hợp yến mạch, bột mì, hạt lanh, quế, nhục đậu khấu, baking soda và muối trong một đĩa trộn lớn.

d) Kết hợp nước sốt táo, mật ong, trứng và chiết xuất vani trong một chậu trộn vừa. Đun chảy bơ và thêm vào hỗn hợp.

e) Kết hợp các thành phần ướt và khô bằng cách khuấy chúng lại với nhau. Trong một tô trộn lớn, trộn cà rốt và táo đã bào sợi.

f) Múc bột lên khay nướng đã chuẩn bị sẵn và làm phẳng bằng thước đo ¼ cốc.

g) Nướng trong 14-15 phút hoặc cho đến khi chín vàng nhẹ và chín. Cho phép làm mát trước khi phục vụ.

100. Bánh tráng miêng đào

Làm: 10 phần ăn

THÀNH PHẦN:
- ⅔ c lên Splenda, dạng hạt
- ⅓ cốc đường
- 1 chén bột
- 2 thìa cà phê bột nở
- 1 uống sữa gầy
- Hai lon đào thái lát 14 ounce được làm ngọt bằng Splenda
- 4 muỗng canh bơ thực vật

HƯỚNG DẪN:
a) Trong đĩa nướng 9 x 13", làm tan chảy bơ thực vật.
b) Trong một chậu trộn, trộn đều Splenda, đường, bột mì và bột nở.
c) Trộn sữa gầy vào cho đến khi hòa quyện hoàn toàn.
d) Chấm phần bơ thực vật còn lại lên trên hỗn hợp trong đĩa nướng.
e) Đổ đào lên trên bột.
f) Nướng trong 30-35 phút ở 400°F.

PHẦN KẾT LUẬN

Cảm ơn bạn đã tham gia cùng chúng tôi trong cuộc phiêu lưu thú vị này. Mong rằng kiến thức và cảm hứng bạn có được sẽ tiếp tục tràn ngập căn bếp của bạn.

Chúc bạn nấu ăn vui vẻ và chia sẻ vui vẻ!

www.ingramcontent.com/pod-product-compliance
Lightning Source LLC
Chambersburg PA
CBHW070653120526
44590CB00013BA/943